गोब्बोगिरी

'दिलीपराज प्रकाशन प्रा. लि. 'च्या नवीन पुस्तकांची यादी व माहिती हवी असल्यास आपला पत्ता, दूरध्वनी क्रमांक किंवा Email आमच्या *diliprajprakashan@yahoo.in* या Email address वर पाठवावा किंवा आमच्याशी दूरध्वनी क्रमांक फॅक्ससहित : ०२०-२४४८३९९५/२४४९५३१४ /२४४७१७२३ यावर संपर्क साधावा. आमच्या वेबसाईटला एकदा अवश्य भेट द्या.

Website: www.diliprajprakashan.com

गोर्लेगिरी

(विनोदी ललित लेख)

शिवराज गोर्ले

दिलीपराज प्रकाशन प्रा. लि.
२५१ क, शनिवार पेठ, पुणे - ४११ ०३०

प्रकाशक
राजीव दत्तात्रय बर्वे,
मॅनेजिंग डायरेक्टर,
दिलीपराज प्रकाशन प्रा. लि.,
२५१ क, शनिवार पेठ, पुणे - ४११ ०३०

© शिवराज गोर्ले
३०/२, प्रितम नगर,
कोथरुड, पुणे ४११ ०२९

प्रथमावृत्ती : १ नोव्हेंबर २०११

प्रकाशन क्रमांक : १९१३

ISBN : 81-7294-332-6

टाईपसेटिंग
पितृछाया मुद्रणालय,
९०९, रविवार पेठ,
पुणे - ४११ ००२

मुद्रितशोधन
मिलिंद बोरकर, पुणे

मुखपृष्ठ
सुहास चांडक

गोर्लेगिरी / Gorlegiri

'गोर्ले' हे नाव प्रथम 'प्रकाशा'त आणणारे
आणि मला या जगात आणणारे
माझे जनक **'दत्ता गोर्ले'** यांस...

मनोगत

दैनिक 'पुढारी'मधील 'पहिला चहा' या दैनिक सदरातील निवडक लेख इथे प्रकाशित केले आहेत.

हे सदर प्रारंभी ज्येष्ठ साहित्यिक ह. मो. मराठे लिहीत असत. पुढे ते माझ्याकडे आले. 'ह. मों.'चा 'पहिला चहा' पुस्तकरूपानं प्रकाशित झाला आहे. तसंच माझ्या 'पहिला चहा'चंही एक पुस्तक आलं आहे. पण... प्रत्येक लेखकाची एक शैली असते; असावी लागते. सदर आणि संकल्पना तीच असली, तरी स्वत:चा ठसा उमटवणं, हे माझ्यापुढचं (अगदी रोजरोजचं) आव्हान होतं.

जेव्हा वाचकांनी माझा 'पहिला चहा' स्वीकारला, उचलून धरला; तेव्हाच मी 'स्वत:चा ठसा' उमटवण्यात यशस्वी ठरलो, हे मला कळून चुकलं.

हा 'स्वत:चा ठसा' म्हणजेच गोलेंगिरी.

खिल्ली, मल्लिनाथी, मिश्किली... असे काही जवळचे शब्द रूढ असले, तरी प्रत्येक शब्दाला विशिष्ट अर्थ असतो आणि त्याचमुळे मर्यादाही असतात. त्यांचा 'परिसर' ठरलेला असतो. हा ठरावीक परिसर ओलांडून केलेली स्वच्छंद मुशाफिरी म्हणजे 'गोलेंगिरी.'

खरं तर 'कुर्यात सदा टिंगलम्' या माझ्या पहिल्या नाटकापासून म्हणजे गेली पंचवीस वर्षें—माझी ही हसवेगिरी म्हणा... कामगिरी म्हणा, अव्याहत सुरूच आहे. आज तिला 'गोलेंगिरी' म्हणण्याइतपत धिटाई आलीय, एवढंच! वाचक ही 'गोलेंगिरी' गोड मानून घेतील, अशी आशा करतो.

'दिलीपराज'चे राजीव बर्वे यांनी माझ्या 'गोलेंगिरी'चं नेहमीच कौतुक केलं आहे; तिला प्रोत्साहन दिलं आहे. आता त्यांनीच तिला 'पुस्तकरूप'ही दिलं आहे. त्यांचे व त्यांच्या सर्व चमूचे मन:पूर्वक आभार.

- शिवराज गोलें

अनुक्रम

सी फॉर सीताफळ!

''हं सांग बरं, ए फॉर—'' मम्मीनं विक्रांतला—अर्थात जेमतेम अडीच वर्षांच्या 'विकी'ला—प्रेमानं विचारलं.

''ए फॉर ॲपल!'' विकी उत्तरला. मम्मी खूश.

''बी फॉर—''

''बॉल!''

''शाब्बास!सी फॉर—''

''सी फॉर सीताफळ!'' विकीनं उत्तर दिलं आणि मम्मीनं 'चर्पॅक्' करून कपाळावर हात मारून घेतला. खरं तर तिला विकीचं कौतुक वाटायला हवं होतं. सीताफळात 'सी' येतो, हे त्यानं किती छान शोधलं होतं. पण मम्मी उलट वैतागली. ''अरे,किती वेळा सांगितलं तुला—सी फॉर कॅट!''

''पण तू म्हणाली, के फॉर कॅट!''

''अरे, कॅट नाही रे बाबा... के फॉर काईट, काईट!''

हे तर फारच वाईट! बिचाऱ्या विकीला 'काईट' म्हणजे काय कुठे माहिती होतं? ''काईट म्हणजे पतंग रे... पतंग!'' मम्मी करवादली.

घरोघरी हीच बोंब! सॉरी... हाच गोंधळ! आपल्या पोराला इंग्रजी शाळेतल्या नर्सरीत प्रवेश मिळावा, यासाठी घरोघरच्या मम्या आपल्या बबड्या/बबडीच्या मुलाखतींची तयारी करून घेत असत. मग कुणाचं 'बीपी' वाढत असे, कुणाची शुगर! खरं तर बबड्याचं वय मनसोक्त बागडायचं. पण अशा पोरांचा 'इंटरव्ह्यू' घेतला जायचा! अरे, एवढ्या चिमुरड्यांचा 'इंटरव्ह्यू' तुमच्या तीर्थरूपांनी (सॉरी, फादरने) तरी घेतला होता का? ज्याला अजून स्वतःच्या चड्डीची नाडी बांधता येत नाही, त्याला शाळेतल्या बाया वांगं दाखवून विचारीत—'व्हॉट इज धिस?' शेवटी काही झालं तरी मराठी बाणा लपतो होय? काही काही पोरं समोरच्या 'मिस्'ला

"

म्हणत 'कोंबडीचं पिस्.' झालं! इकडे मम्मीचा ठोका चुकलाच! खरं म्हणजे, एवढ्याशा पोराच्या या धिटाईचं कौतुकच करायला नको का? नाही तरी तुमच्या त्या (बिनडोक) इंटरव्ह्यूमध्ये मुलं किती धीट आहेत, हेच बघता ना तुम्ही? अख्ख्या होल इंडियात हा पोरांच्या मुलाखतींचा फार्स सर्रास चालू होता. इंग्रजी शाळेत घातलं नाही, तर आपल्या पोराला चपरासी किंवा पट्टेवाला व्हायला लागेल, या भीतीनं मराठी मम्या व डॅडीज् आपल्या पोरांना मारून मुटकून इंग्रजी शाळेत घालत.

'मागणी तसा पुरवठा' या न्यायानं खासगी इंग्रजी शाळांचं पीक आलं... मग तर फिया भरण्यासाठी मम्या नोकरी करू लागल्या, डॅडी ओव्हरटाइम करू लागले. काही जण टेबलाखालून पैसे घेऊ लागले आणि शाळेच्या प्रिन्सिपॉलच्या टेबलावर नेऊन ओतू लागले! शेवटी दिल्ली न्यायालयाला कीव आली— पोरांची. (त्यांनाही पोरंबाळं असतातच) नर्सरीसाठी पोराटोरांच्या मुलाखती घ्यायला बंदी घालण्यासाठी न्यायालयालाच फतवा काढावा लागला. अरे, मुलांना तुम्ही शिकवावं म्हणून पालक शाळेत आणतात—तर तुम्ही मुलांना पालकांनी काय शिकवलं याच्या कसल्या (डोंबलाच्या) मुलाखती घेता? 'ए फॉर ॲप्पल' हे सांगण्याचं काम मिसचं असतं; मम्मीचं नव्हे! मम्मीनं फक्त पोराला डब्यात (सॉरी, टिफीनमध्ये) 'ॲप्पल' द्यायचं असतं. शेवटी हे कोर्टाला सांगावं लागलं. त्यामुळे बिचाऱ्या पोरांच्या मुलाखती थांबल्या; पण पालकांच्या मुलाखती चालूच राहणार आहेत! कारण त्याशिवाय पालक शाळेला किती 'डोनेशन' देऊ शकतात, हे कसं कळणार? खऱ्या पालकांच्याच मुलाखती महत्त्वाच्या! त्यात त्यांनी 'डी फॉर डोनेशन' हे 'करेक्ट' सांगितलं, तर पोरानं 'सी फॉर सीताफळ' म्हटलं तरी ॲडमिशन फिक्स! डॅडींच्या कष्टाचं फळ पोरांना मिळतंच शेवटी!

-०-०-०-

पुरुष प्रशिक्षण

किती वर्षे, हा प्रश्न एक पुरुष म्हणून आम्हाला छळत होता. हे पुरुष (म्हणजे, आम्ही सोडून) असे का वागतात? स्त्रियांच्या बाबतीत मोहाला इतक्या चट्कन का बळी पडतात? रसिकता असावी हो! सौंदर्याचं कौतुक असावं! सुंदर स्त्रियांकडे पुरुषांनी पाहिलं नाही, तर स्त्रियांना काय वाटेल? तो तर सौंदर्याचा अपमान ठरेल. सौंदर्याचं रसग्रहण करणं, हा प्रत्येक पुरुषाचा जन्मसिद्ध हक्कच आहे. आपले थोर चित्रकार मकबूल फिदा हुसेन बघा ना! पंढरपुरात जन्माला आले म्हणून काय त्यांनी सुंदर स्त्रियांची चित्रं काढायची नाहीत की काय? चित्रं तर सोडाच; हुसेन यांनी अख्खी फिल्म काढली माधुरी दीक्षितवर. माधुरीच्या अदांवर हुसेन फिदा झाले, आम्ही तर हुसेनांच्या हिरवेपणावर फिदा झालो. पुढे माधुरीचं लग्न झालं, तर हुसेनमियाँ नव्या जोमाने तब्बूवर फिदा झाले. पण फिदा होणं वेगळं आणि मोहात पडणं वेगळं. चित्रं काढून त्यांचं प्रदर्शन भरवणं वेगळं आणि चोरून भेटणं वेगळं.

जेव्हा तुझी नि माझी चोरून भेट झाली

झाली फुले कळ्यांची झाडे भरास आली!

हे मंगेश पाडगावकरांचं काव्य तरुण-तरुणींच्या खूपच सोईचं आहे, पण ते कॉलेजच्या दिवसांत. ते दिवसच चोरून भेटण्याचे आणि कविता करण्याचे असतात. अलीकडच्या भाषेत सांगायचं, तर 'व्हॅलेन्टाईन डे'ला गुलाब देण्याचे असतात. त्या दिवशी गुलाबाचे भाव भडकतात, पण त्या भावापेक्षा काळजातले भाव महत्त्वाचे असतात. सांगायचा मतलब, त्या दिवसांत सगळं माफ असते; पण जेव्हा भटजी सर्वांसमक्ष हातात हात देतात, तेव्हा दिवस फिरतात. सॉरी, दिवस बदलतात. दिवसच काय, रात्रीही बदलतात. बघता-बघता तिला दिवसही जातात.

चोरून भेटताना कळ्यांची फुले होतात. पण संसार सुरू

झाला की, दोघांची मुले होतात; तीही देवाघरची फुलेच की! आता तुम्हीच सांगा—
बायका-पोरं, सॉरी! बायको आणि पोरं घरात (शाबूत व धडधाकट) असताना
पुरुषानं परस्त्रीच्या मोहात पडावं का, तिला चोरून भेटावं का? बायकोला साधी
झेंडूची फुलंसुद्धा द्यायची नाहीत आणि त्या बाहेरच्या बयेला मात्र गजरे—वासवाले!
ही वासुगिरी विवाहित पुरुषांना शोभते का? तरीही ती जगात इतक्या मोठ्या
प्रमाणात सुरू असलेली पाहून काळजाला घरं पडायची आमच्या, पण आता
आमच्या काळजावरचं ओझं उतरलं. अमेरिकेचे जॉन लिडॉ यांनी फारच मौलिक
संशोधन केलं आहे. मोहाच्या क्षणी स्त्री-पुरुषांचे वर्तन वेगळे असते. स्त्री परपुरुषाकडे
बघतानाही संसाराचा विचार करते; पण पुरुषाला एखादी आकर्षक स्त्री भेटली की,
आपली बायको कशी (हिच्यापेक्षा) कंडम आहे, हेच विचार सुरू होतात. हे
ऑटोमॅटिक घडतं म्हणे! आता तुम्हीच सांगा, असं ऑटोमॅटिक घडत असेल, तर
गरीब बिचाऱ्या पुरुषांचा काय दोष? तो पडतो मोहात. नाही येत त्याच्या डोक्यात
बायको-पोरांचे विचार. तो तरी काय करणार?

थांबा, थांबा. पुरुषांनी परस्त्रीबरोबर गुलछर्रे खुशाल उडवावेत. असं (आम्हाला
किंवा लिडॉनसाहेबांना) म्हणायचं नाहीय. ते म्हणतात, वासुगिरीमुळे आपल्या
पत्नीबरोबरील संबंधांवर परिणाम होऊ शकतो याची जाणीव करून देण्यासाठी
पुरुषांना प्रशिक्षण द्यावं.

लिडॉनसाहेब, तुमचा इरादा नेक आहे आहे हो! पण असलं भलतं-सलतं
प्रशिक्षण फुकट ठेवलं तरी पुरुष येतील का? आणि या गोष्टीचं प्रशिक्षण द्यायला
हवं का? दारू प्यायली की नशा चढते याचंही प्रशिक्षण देऊ या उद्या तुम्ही
म्हणाल! असली प्रशिक्षणं घ्यायला पुरुष काय दुधखुळे असतात का, यावरच करा
आता तुम्ही नवं संशोधन!

-०-०-०-

हवाई तंदुरी

आजकाल फिटनेसचा जमाना आला आहे. बॉलिवूडमध्ये तर नायकांमध्ये सर्वांत पीळदार कोण?' यावरून तुंबळ स्पर्धा सुरू झाली आहे. शाहरुखचे सिक्स पॅक्स, आमीरचे एट पॅक्स... सलमानचे किती कोण जाणे! सलमान खान तर कुठल्याही टीव्ही शो वर गेला की, पहिलं त्याचं वस्त्रहरण केलं जातं. त्याचं बांधेसूद उघडं शरीर पाहून! 'हाये अल्ला! तोबा! माशाल्ला!' असे चीत्कार निघत असतात.

पूर्वी धर्मेन्द्रनं कधी तरी मला वाटतं फूल और पत्थर मध्ये अंगप्रदर्शन केलं होतं. तरीही ही सिक्स पॅक्स वगैरे भानगड नव्हती. इंडस्ट्रीत सगळ्यात फिट्ट हीरो म्हणजे सदाबहार देव आनंद असं म्हणतात. देव आनंदच्या शिंप्यानं त्याची पन्नास वर्षांपूर्वी जी मापे घेतली होती, तीच अजून कायम आहेत. त्या मानानं संजीवकुमार, राजेश खन्ना ही मंडळी काही शरीरसौष्ठवाबद्दल प्रसिद्ध नव्हती. तरीही संजीवकुमारनं 'ठंडे ठंडे पानीसे नहाना चाहिये, गाना आये ना आये गाना चाहिये,' हे गाणं चट्ट्यापट्ट्याची अंडरवेअर व बनियनवर केलं होतं. बाबूमोशाय राजेश खन्ना मात्र झब्बा वापरून आपलं वाढतं पोट झाकीत असे.

हिरोइन्समध्येही मुमताजसारखी टुमटुमीत हिरोईन होती. नाही म्हणायला हेलन मात्र होती... सिंहकटिवाली. हेलनची ती कटी आणि जयश्री गडकरची ती कंबार, असा दादा कोंडकेंचा 'विच्छा' फेम विनोद गाजला होता. आजकाल त्या करिना कपूरमुळे 'झीरो फिगर', असंही फॅड निघाल्याचं ऐकिवात आहे.

आज मी एकदम फिगरवर घसरलो याचं कारण जिगर असूनही फिगर न राखल्याबद्दल दहा हवाई सुंदरींना जमीन दाखवण्यात आली आहे. होय, जमीन! साधारणत: कुस्तीत चीतपट केल्यावर अमक्यानं तमक्याला अस्मान दाखवलं, असं म्हटलं जातं; पण इथे

मात्र एअर इंडियानं दहा जणींना जमिनीवर उतरवलं आहे. कारण त्यांचं वजन वाढलं आहे. बरोबर आहे हो— हवाई सुंदरी या लठ्ठ दिसून कशा चालतील? मग त्यांना हवाई सुंदरी कसं म्हणता येईल? हा सगळा घोळ चुकीच्या भाषांतरामुळे झाला आहे. एअर होस्टेसचं खरं भाषांतर हवाई स्वागतिका असं करायला हवं होतं, पण ते हवाई सुंदरी असं केलं गेल्यानं हा फिगरचा प्रश्न निर्माण झाला आहे.

विमानप्रवाशांना सेवा देण्यासाठी या सुहास्यवदना ठरावीक उंचीच्या, वजनाच्याच असल्या पाहिजेत, असा दंडक आहे. वजन तर विमानात महत्त्वाचं असतंच. प्रत्येक प्रवाशानं किती किलो वजन बरोबर न्यायचं, याला मर्यादा असते. मग हवाई सुंदरींनी वजन किती वाढवावं यालाही मर्यादा हवीच की! ते काय आपलं पोलीस खातं नव्हे हो. पोलिसांची भरती होते तेव्हा उंची, वजन, छाती, पोट सगळं टेपनं मोजून घेतलं जातं! पण तेव्हा एकदाच. नंतर खात्यात रुजू झाल्यावर पोलिसांची पोटं पटापटा सुटू लागतात. ती का सुटतात, हे सगळे जाणतातच. पोटं कमी करा, असा आदेश अधूनमधून निघतोही. पण पोट सुटल्यामुळे कुणाला नोकरीवरून काढत नाहीत.

पण हवालदार वेगळे आणि हवाई सुंदरी वेगळ्या. एकच करता येईल— वजन वाढलेल्या बायांना 'हवाई सुंदरी न म्हणता हवाई तंदुरी' असं म्हणावं आणि स्वस्तातल्या विमान सेवेत रुजू करावं. उगाच कुणाच्या पोटावर पाय कशाला? जरा वाढलं म्हणून काय झालं; प्रश्न पोटाचा आहे.

-o-o-o-

माझा चोंबडा...

राखी, राखी, राखी! आमच्या लेखणीला 'राखी'चा विरह फार दिवस सहनच होत नाही. एक वेळ आम्ही रक्षाबंधनाला बहिणीच्या हातून राखी बांधून घ्यायला विसरू, पण महिन्यातून एकदा तरी 'राखी'चं नाव घेतल्याशिवाय चालणारच नाही; म्हणजे आमची लेखणीच चालणार नाही. राखी... द ओन्ली वन! सॉरी, द वन ॲन्ड ओन्ली राखी सावंत. 'जेलसी दाय नेम इज वुमन' असं म्हणतात, त्याच चालीवर 'प्रसिद्धी, तुझं नाव राखी' असं म्हणायला काहीच हरकत नाही. राखी हे नाव घेतलं की रक्त कसं सळसळतं... लाज, लज्जा, संकोच, शरम... गळून पडते! आईशप्पथ, कसं मस्त 'बिनधास्त' वाटतं. राखीचा महिमा आजमितीला तरी अगाध आहे. राखी वंचितांची मलिका आहे!

कुणी तरी म्हटलंय, राखी ही फक्त भारत देशातल्या टीव्हीसाठीच जन्माला आलीय. अगदी खरंय. राखी सावंत नसती, तर अनेक टी. व्ही. चॅनेल्स अक्षरश: मोडीत निघाले असते. टी. व्ही.चे रिॲलिटी शोज—विशेषत: डान्स शोज—मरगळले असते. तसा डान्स काय, बऱ्याच पोरी करतात; पण स्वत: तालावर नाचणं वेगळं आणि दुसऱ्यांना स्वत:च्या तालावर नाचवणं वेगळं. राखी सावंत या ललनेकडे या दोन्ही कला आहेत, म्हणूनच टी. व्ही. वर तिची अखंड टिव टिव चालू असते.

भल्याभल्यांना जमत नाही, पण राखी अगदी हुकमी नाचू शकते; हुकमी चिडू शकते; हुकमी रडू शकते. मात्र राखी लाजू शकते की नाही याबद्दल विद्वानांत अद्यापि मतभेद आहेत. म्हणून राखीचं नाव घेतलं (म्हणजे अगदी शुद्ध निर्मळ हेतूनं) की, आम्हाला तरी हे एकच गाणं आठवतं... लाज राख गिरिधारी! खरं तर राखीच्या स्वत:च्या तोंडी एक दुसरंच गाणं आहे. सध्या 'माझा कोंबडा कोणी मारियेला?' यात फक्त थोडा बदल करून ती

म्हणते, 'माझा चोंबडा कोणी चोरियेला?' राखीचा हा 'चोंबडा' म्हणजेच तिचा माजी बॉयफ्रेन्ड अभिषेक अवस्थी. राखीच्या काळजाची ती जखम अजून भरली नाहीय. आठवणींचं रक्त भळभळून वाहतं आहे. अभिषेकला राखीनं स्वत:च्या काळजातही घर दिलं होतं आणि राहायलाही घर दिलं होतं, तेही बिनभाड्यानं. अभिषेकला 'ब्रेक' देण्यासाठी तिनं स्वत:च्या जीवाचं जंगल केलं होतं. सॉरी, जीवाचं रान केलं होतं.

पण राखीच्या खाल्ल्या मिठाला अभिषेक जागला नाही. त्यानं राखीला दगा दिला. पण तरीही त्यात त्याचा बिचाऱ्याचा काहीच दोष नाहीय. त्याची चोरी झाली. होय, राखीचा हा बॉयफ्रेन्ड चोरीला गेला! इतके दिवस राखी काही बोलली नव्हती; पण आता तिची तक्रार आहे— , श्रद्धा या दीडदमडीच्या तारकेनं माझा बॉयफ्रेन्ड चोरला! अभिषेकचा काय दोष? तो ज्या जिममध्ये ट्रेनिंगला जायचा, तिथे श्रद्धा यायची. अतिशय शॉर्ट ड्रेसेस, तेही स्कीन-टाईट फिटिंगचे! कुठल्याही पुरुषाचं लक्ष चळणारच... चळलं नसतं, तर अभिषेकलाही पुरुष म्हटलं नसतं! राखी बिझी होती. तिला अभिषेककडे 'लक्ष' द्यायला (व प्रेम द्यायला) वेळ नव्हता. ही संधी साधून श्रद्धानं अभिषेकला चक्क चोरलं! त्याच्यावर डल्ला मारला! यावरून तरुणींनी धडा घ्यावा— आपापल्या बॉयफ्रेन्डांच्या गळ्यात 'नॉट फॉर सेल... नॉट फॉर मेल ऑर फिमेल' असा बोर्ड लटकवावा.

- ० - ० - ०-

मेरा भारत महान

खरं सांगतो—माझं आणि कुत्र्यांचं काही वैर नाही, प्रेमही नाही. अद्याप तरी कुणा भटक्या कुत्र्याला माझ्या पायाचा छोटासा लचका तोडावा, असं वाटलेलं नाही. खरं तर बहुतेक कुत्री माझ्याकडे भुंकून तर सोडा, ढुंकूनही पाहत नाहीत; मग मी कुत्र्यांच्या वाटेला कशाला जाईन?

झालं एवढंच की, पेपरात भटक्या कुत्र्यांबाबत वाचकमंडळींच्या पत्रांचा एकाएकी वर्षाव सुरू झाला. त्यानिमित्ताने मी आपला माझ्या शैलीत 'हसत-खेळत' एक लेख लिहिला. पण आमच्या एका मित्रानं तो फारच गंभीरपणे घेतला. 'भूतदया मंडळा'चा तो खजिनदार का कुणी तरी होता... त्यानं मला फैलावरच घेतलं. म्हणाला, "तू महात्मा गांधींना मानतोस की नाही बोल? मानतो." मी म्हटलं, "पण गांधीजींचा आणि भटक्या कुत्र्यांचा काय संबंध?"

"काय संबंध?" मित्र उसळलाच. "भटक्या कुत्र्यांना गोळ्या घालून ठार मारणं, ही अहिंसा आहे का?"

"अरे, पण भटकी कुत्री तरी कुठे अहिंसा पाळतात? ती बिचाऱ्या बायका-पोरांचेही लचके तोडतात."

असं आमचं बरंच 'वाग्युद्ध' झालं. मित्र तावातावाने निघून गेला. पण काय योगायोग बघा—चार दिवसांनी पेपरमध्ये पाहतो तर काय, लेखाचं नाव होतं 'राष्ट्रपिता गांधी, आपण आणि कुत्रा!'

मी (जागच्या जागी) उडालोच. मीना किणीकर या मॅडमने चक्क महात्मा गांधींनी कुत्र्यांबद्दल लिहिलेल्या लेखातला परिच्छेदच छापला होता! मी हातातला 'पहिला चहा'ही बाजूला ठेवला आणि पहिल्यांदा तो परिच्छेद वाचला.

माझा विश्वासच बसेना. तुमचा बसतोय का पाहा. गांधींनी लिहिलं होतं, 'चाळीस वर्षांपूर्वी मी जेव्हा इंग्लंडमध्ये होतो, तेव्हा तेथे, ज्या कुत्र्याच्या गळ्यात पट्टा नसेल, त्यावर मालकाचे नाव-

पत्ता नसेल आणि कुत्र्याचे तोंड जाळीने बंद केलेले नसेल; त्या कुत्र्याला गोळी घालून ठार केले जाईल, असा हुकूम काढला होता. ताबडतोब सगळ्या कुत्र्यांच्या गळ्यात पट्टे व तोंडाला कुलपं बसली. यामुळे फारच थोड्या कुत्र्यांना गोळ्या घालाव्या लागल्या. यावरून पाश्चात्त्य देशात भूतदया नसते, असा समज करून घेणं साफ चुकीचं आहे. ते व्यवहारात आपल्यापेक्षा चांगले भूतदयेचे पालन करतात. आपले वेगळेच असते. ध्येय फार उच्च, पण आपला व्यवहार मात्र खालच्या प्रतीचा व गलथानपणाचा असतो.''

मी तर तो लेख हातात घेऊन 'युरेकाऽऽ युरेकाऽऽ' म्हणून ओरडतच सुटलो. धावत मित्राच्या घरी गेलो, तर नेमकं त्याच्या दाराला कुलूप होतं. तिथंच ठाण मांडून मग मी बाकीचा लेख वाचला. लेखिकेनं लिहिलं होतं, 'परदेशांत तर साखळी बांधलेली असतेच. पण कुत्र्याला नैसर्गिक विधीसाठी मालक बाहेर घेऊन येतात, तेव्हा आपापल्या कुत्र्याची विष्ठा उचलण्यासाठी मालकाच्या हाती प्लॅस्टिकची पिशवी असते. त्यामुळे तिकडे भटकी कुत्री तर सोडाच; कुत्र्याची विष्ठासुद्धा रस्त्यावर राहत नाही.'

बाप रे! हे मात्र अतीच झालं हो!

आमच्याकडे तर अजून पोरंसुद्धा उघड्यावर बसतात! पुढे लेखिकेनं म्हटलंय, 'जागतिकीकरणाच्या काळात युरोप-अमेरिकेतल्या चांगल्या गोष्टी आपण स्वीकारून अमलात का आणू नयेत?'

मॅडम, कल्पना चांगली आहे. पण एक मुद्दा आहे. आपण सगळे त्यांचं पाहून करू लागलो, तर आपल्या भारत देशाचं वैशिष्ट्य काय राहील? आणि काही वैशिष्ट्यच उरलं नाही, तर 'मेरा भारत महान' कसं म्हणता येईल?

-ο-ο-ο-

चिअर-मल्ल

आ बा बा बा! काय हो, हे आबा? अहो, निदान महाराष्ट्राची तरी नैतिक पातळी घसरू नये म्हणून तुम्ही कंबर कसलीय ना, त्यासाठी तुम्ही 'बारबालां'ना अक्षरश: देशोधडीला लावलेत; पण आय. पी. एल. क्रिकेटच्या सामन्यात देशोदेशींच्या (इंपोर्टेड) चिअर-गर्ल्स तंग, तोकड्या कपड्यांत मदमस्त नृत्य आणि अश्लील हावभाव करीत नाचतात— ते तुम्हाला चालतं कसं? निदान महाराष्ट्रात तरी या नाठाळ पोरींना आवरा; लगाम घाला. विधानसभेत विरोधकांनी आबा पाटलांना अक्षरश: धारेवर धरले.

तिकडे विधान परिषदेत तर 'डान्सबारपेक्षा भयानक असलेला हा प्रकार ताबडतोब बंद करा', असा थेट निर्देशच वसंत डावखरे यांनी दिला. त्यावर 'गृह'राज्यमंत्री म्हेत्रे यांनी, कोणत्या कायद्याने कारवाई केली जाईल बघतो!' असं उत्तर दिलं.

'अहो, तसा कायदा नाहीय!' आबा म्हणाले, 'डान्सबार आणि स्टेडियम डान्स यांची गल्लत करू नका.'

तरी म्हेत्रे म्हणाले, 'त्यांनी सभ्यतेच्या मर्यादा ओलांडल्या, तर बघता येईल.'

आता प्रश्न असा आहे की, ही सभ्यतेची मर्यादा—लाईन कुणी आखलीय का? ती ठरवायची कशी?

ती आम्ही केव्हाच ठरवलीय. नैतिक फौजदार, संस्कृतीचे संरक्षक असलेले, शिवसेना-भाजपवाले ओरडले, हे प्रकार म्हणजेच चिअर-गर्ल्सचे चाळे भारतीय संस्कृतीत बसत नाहीत; ते ताबडतोब थांबवा.

''अहो, पण श्लील-अश्लील याची नेमकी व्याख्या अवघड असते.' आबा बोलले, 'प्रत्येकाचा बघायचा दृष्टिकोन वेगळा असतो.''

'अगदी बरोबर! विलासराव देशमुख म्हणाले, 'श्लील-अश्लीलता ही बघणाऱ्याच्या दृष्टीवर अवलंबून असते. त्यामुळे

चिअर-गर्ल्सकडे (मी पाहतो तशाच) खिलाडू वृत्तीनं पाहा.'

पण नैतिक पोलीस पेटून उठले, तसे मुंबई पोलीसही संस्कृती संरक्षणार्थ सिद्ध झाले. 'क्रिकेटबालांच्या नृत्यावर पोलिसांची करडी नजर राहील आणि नृत्य अश्लील वाटल्यास कारवाई करण्यात येईल.' काय मुंबई पोलिसांची मजा आहे बघा. ते आता पूर्ण वेळ क्रिकेटबालांवर नजर रोखून बसणार. काही अश्लील वाटतं का बघणार. त्यांची करडी नजर गुलाबी होऊ नये, म्हणजे झालं! महाराष्ट्रातलेच नव्हे, तर देशभरातले नैतिकतेचे ठेकेदार बोलू लागले आहेत.

शत्रुघ्न सिन्हा यांनीही 'अरे यार, ये आयपीएल है क्या बीपीएल—ये गलत बात है' असं म्हणून मुलांना नाचवायचेच असेल, तर परदेशी मुलींऐवजी डान्स बार बंद झाल्यामुळे बेकार झालेल्या बारबालांना तरी नाचवा, अशी मुक्ताफळे उधळली आहेत. त्यामुळे आबांची डबल कोंडी झाली आहे.

शरद पवार मात्र राजकारण आणि क्रिकेट दोन्हीकडे मातब्बर. त्यांनी उलटाच टोला हाणला आहे. 'ज्यांचे खेळाकडे लक्ष असते, ते खेळच पाहतात; त्यांचे इकडे-तिकडे लक्ष जात नाही! साहजिकच अशी बंदीची मागणी करणारे नेमके काय पाहतात, असा प्रश्न आहे.

शिवाय चिअर-गर्ल्स तर म्हणतात, आमच्या देशात आम्हाला स्टारचा दर्जा असतो. इज्जतीनं वागवलं जातं. इथे मात्र काही पुरुषांची शेरेबाजी ऐकून शरम वाटते. आता काय करावं बुवा? चिअर-गर्ल्सऐवजी लावणी नृत्यांगनांना पाचारण करावं का? पण नीलम गोऱ्हे तर म्हणतात, 'नाच कशाला हवा? चौकार षटकार मारल्यावर ढोल-ताशे व तुताऱ्या वाजवा.' पण शिवसेनेनंच मायकेल जॉक्सनला मुंबईत नाचवलं होतं; त्याचं काय? असो. क्रिकेट मुळातच साहेबाचा खेळ. तो खेळायचा, तर त्याबरोबर तिकडची संस्कृती येणारच. तुम्ही असं करा ना— भारतीय कबड्डी खेळाला आंतरराष्ट्रीय स्तरावर नेण्याचा प्रयत्न करा. त्यासाठी मुख्य म्हणजे, खेळाडूंना प्रोत्साहन देण्यासाठी चिअर-मल्लांचा भांगडा ठेवा. विदेशी चिअर-गर्ल्सना हाच एक खणखणीत भारतीय व मराठमोळा पर्याय आहे— चिअर-मल्लांचा!

-०-०-०-

कोंडाबाई तांदळे

जगात दोन प्रकारची माणसं असतात. काही लोक जगण्यासाठी खातात. ही फारच थोर मंडळी. 'काय करणार, नाइलाजानं खावं लागतं' म्हणून खातात. आपण फार खातोय असं वाटलं की, ही मंडळी उपोषणाला बसतात! बाकीचे लोक खाण्याच्या मधल्या (म्हणजे फावल्या) वेळात नाइलाजानं काम करतात. खरं सांगायचं तर, मी दुसऱ्या प्रकारात मोडतो. आम्ही मंडळी 'या खाण्यावर, या चरण्यावर शतदा प्रेम करतो!' पण तुमचा विश्वास बसणार नाही. चार दिवस झाले बघा—अन्न गोडच लागत नाही. भरल्या ताटावरून रिकाम्यापोटी उठतोय हो! हे म्हणजे एखाद्या बंगल्याच्या दारं-खिडक्या सताड उघड्या दिसताहेत, तरी चोराला चोरी करावी कशी वाटू नये; त्यातलाच प्रकार म्हणायचा. अन्न असं रोज शिल्लक उरतंय, त्यामुळे आमची कामवाली भलतीच खूश आहे. तिला घरी वेगळा स्वयंपाक करावाच लागत नाहीय!

काय सांगू? अहो, भात तर माझा अतिशय आवडता. अगदी दाक्षिणात्य मंडळींनी लाजावं, असा मी भातखाऊ... पण आता भात म्हटलं, तर घातच होतो. त्यातच कुणी 'राईस' म्हटलं की, मला कापरंच भरतं. याचं कारण? याचं कारण एक बाई आहे. छे—छे, तसलं काही नाही. एखाद्या स्त्रीच्या प्रेमात पडून झुरणीला लागलोय, असं समजू नका. ते दिवस गेले आणि त्या दिवसांतही मी भात भरपूर खायचो. आताही ही बाई माझी कुणी नाही. मी तिच्याजवळून गेलो, तर ती ढुंकूनही बघणार नाही. ती कुणी सामान्य ललना नव्हे—अहो, अमेरिकेसारख्या बलाढ्य देशाची परराष्ट्रमंत्री (ण) आहे ती. कोंडाबाई तांदळे... सॉरी, सॉरी, कोंडोलिसा राईस! या 'राईस' बाईमुळेच माझ्या तोंडचा राईस पळालाय. राईसच काय, राईसचा कोंडाही खाऊ शकत नाही मी. तुम्ही मला सांगा, अमेरिकेची परराष्ट्रमंत्री असलेली बाई कधी खोटं, चुकीचं बोलेल

का? अमेरिका हा काही खोटारड्या लोकांचा देश मानला जातो का? तर, सांगायचा मुद्दा म्हणजे, या राईस मॅडमनी एक सनसनाटी शोध लावलेला आहे. प्रश्न अख्ख्या, होल जगाच्या पोटाचा आहे. तुम्ही सांगा बरं, आज जगात अन्नटंचाई का आहे? काही देशांतल्या लोकांना भातच खायला मिळत नाही.

याचं कारण काय?

विचार कसला करताय—याचं कारण तुम्ही आहात, तुम्ही! तुम्ही आणि मी... आपण सगळेच, ऑल इंडियन्स! अलीकडे आपण सगळेच खादाड झालो आहोत... अधाशासारखं खाऊ लागलो आहोत. भारतीयांच्या या खादाडपणामुळेच जगात अन्नटंचाई निर्माण झालीय. कोंडालिसा राईस यांनी भारतीयांची 'खादाड' म्हणून संभावना केलीय, तेव्हापासून माझी भूकच उडालीय... झोपही उडालीय. तरीही कधी झोप लागलीच, तर माझ्या स्वप्नात कोण येतं माहितीय? राईस मॅडम? छे-छे, माझ्या स्वप्नात मीच येतो. पण 'बकासुर' बनून. गाडाभर अन्न आणि दोन रेडे मी स्वप्नात रोज खातो आहे. आता तर हद् झालीय. स्वप्नात मी इकडे-तिकडे पाहिलं, तर सगळे भारतीयही बकासुर झालेले दिसातत. एक अब्ज बकासुरांची पंगतच बसलेली! अबब! केवढे ते गाडे... केवढे ते रेडे!!

सांगा, मी कसा जेवणार? असं म्हणतात, सगळ्यात खादाड देश आहे तो अमेरिका. दिवसातून सहा वेळा खात असतात. त्यात राईस मॅडमही आल्याच. तर स्वत: खादाड असणाऱ्या राईस मॅडम आपल्याला खादाड म्हणताहेत; म्हणजे आपण भारतीय किती खादाड असू याचा विचार करा आणि आपल्या खादाडपणामुळे जगात अन्नटंचाई! काही नाही मंडळी, आजच राईस बंद! भात खायचाच नाही. भात खाणं बंद करा आणि मला कळवा. सर्वांनी भात खाणं थांबवलंय याची खात्री झाली की, मग मीही भात बंद करेन. मग बघू, जगात कशी अन्नटंचाई होते ते!

-०-०-०-

अढलाबदल

मला शंका आहे. कशाबद्दल? तशा बऱ्याच गोष्टींबद्दल शंका आहेत; पण त्यातल्या शंकास्पद आणि महत्त्वाच्या गोष्टी अशा आहेत—

पहिली गोष्ट - लग्नाच्या गाठी या 'वर' बांधल्या जातात.

दुसरी गोष्ट - परमेश्वराला काळजी असते हो!

तिसरी गोष्ट - प्रेम केलं जात नाही, ते होतं.

लग्नाच्या गाठी जर वर बांधल्या जात असतील, तर त्या मध्येच सुटतात कशा? का देवानं त्या घाईघाईत बांधलेल्या असतात? देवाला घाई करायचं कारण काय? तो कसं काम करतो, यावर देखरेख करणारा कुणी मुकादम थोडाच असतो? आणि हे तर पटतच नाही की, लग्नं 'वर' ठरवली जातात आणि मोडली 'खाली' जातात. म्हणजे घटस्फोटाचा अर्ज मंजूर करणारी जज्जमंडळी देवापेक्षा भारी म्हणायची का? तर, तसं काही नसावं. लग्न ही नाना खटपटी, लटपटी, देणीघेणी, जाहिराती, बघाबघी... वगैरे वगैरे करून माणसंच ठरवत असतात. दुसरी गोष्ट— लग्न जर वर ठरत असेल; तर ज्यांची गाठ बांधलेली आहे, त्यांचीच एकमेकांशी प्रथम गाठ का पडत नाही? नर्गिसच्या आयुष्यात राज कपूर किती मुक्काम करतो... मग ती सुनील दत्तशी (एकदाचं) लग्न करते. थेट नर्गिस-सुनील दत्तच एकमेकांच्या प्रेमात का पडत नाहीत? ऐश्वर्या राय व्हाया सलमान, व्हाया विवेक ओबेरॉय करीत अभिषेक बच्चनचं स्टेशन का गाठते? कुणी कुणाशी लग्न करावं, याबद्दल देवाच्या कन्सेप्ट्स क्लिअर असतील, तर त्यानं त्या दोघांनाच एकमेकांच्या प्रेमात पाडावं की नाही? उगाच प्रेमाचे त्रिकोण, चौकोन हवेत कशाला? देव म्हणजे काही हिंदी चित्रपटाचा पटकथालेखक नसतो! हां आणि सर्वांत महत्त्वाची शंका आहे 'ती—'प्यार किया नहीं जाता हो जाता है!' या गोष्टीबद्दल. ऐश्वर्या रायला कसं तीन वेळा प्रेम झालं? झालं

कुठलंहो, तिनं ते केलं! करिनाला जर शाहीद कपूरवर प्रेम 'झालं, होतं' तर नंतर त्याचं काय झालं? ते तिनं शाहीदवरून सैफ अलीवर 'ट्रान्सफर' कसं केलं? अर्थ सरळ आहे— प्रेम असो की आणखी काही.... केल्याने होत आहे रे, आधी केलेंचि पाहिजे! माझा यावरचा विश्वास तर वाढलाच आहे; पण खूप दिवसांनी माझं मनही कसं भरून आलं आहे! छे-छे! मला प्रेम झालेलं नाहीय किंवा मी प्रेम केलेलं नाहीय... ते दिवस गेले हो! मला आनंद झालाय तो या बातमीनं की, करिनानं ज्याच्या हृदयाचे छोटे-छोटे हजार एक हजार एक तुकडे करून काही इकडे, काही तिकडे असे भिरकावले होते; ते सर्व तुकडे गोळा करून शाहीदनं जुळवले आहेत आणि त्यानं एकीशी पुन्हा एकदा सूतही जुळवलं आहे. त्यातही मौज म्हणजे, त्यानं सूत जुळवलं आहे, ते सैफ अली खाननं जिला पळवलं होतं, त्या इटालियन रोझाशी!

या नव्या वर्षातली ही सर्वांत आनंदाची बातमी. करिनानं सैफ अलीसाठी शाहीदला कटवलं, सैफ अलीनं तर रोझाला आधीच कटवलं होतं... आता शाहीदनं रोझालाच पटवलं आहे! प्लीज... याला प्रेमातली 'फिटंफाट' म्हणून कमी लेखू नका! माझी तर वेगळीच आयडिया आहे... लग्न जसं रजिस्टर करावं लागतं, तसं प्रेमही रजिस्टर केलं जावं आणि त्यात हीच एक अट असावी की, तुम्ही... म्हणजे समजा, शाहीदवरचं प्रेम मोडून करिना जर सैफ अलीवर करणार असेल, तर शाहीदला 'रोझा' मिळवून देणं, ही तिची जबाबदारी राहील! 'बदली' जोडीदार द्या, मगच जोडीदार बदला! त्यातही अदलाबदल होत असेल, तर विशेष प्राधान्य! लिव्ह ऑन्ड लेट लिव्ह, लव्ह ऑन्ड लेट लव्ह!

-○-○-○-

तुम भी कुछ कम नहीं

आली आली... स्त्री-पुरुष समानता आली. अगदी कम्प्लीट नाही आलेली, पण 'येतेय, येतेय' म्हणायला हरकत नाही. स्वत:बद्दल फार बोलू नये म्हणतात. म्हणून थोडक्यात सांगतो. या भारत देशात स्त्री-पुरुष समानतेचे जे कट्टर पुरस्कर्ते आहेत, त्यांपैकी मी एक आहे.

आज प्रत्येक क्षेत्रात उंची जरा कमी असल्यानं, टाचा उंचावून का होईना, पुरुषांच्या खांद्याला खांदा लावून स्त्रिया लढताहेत. नवनव्या आव्हानांना भिडताहेत. याचा इतर पुरुषांपेक्षा छटाकाभर तरी मला जास्तच आनंद होतो, हे मी छातीठोकपणे सांगतो. पण त्याच वेळी अशी किती तरी क्षेत्रं आहेत, ज्यांत अजूनही फक्त पुरुषांची मक्तेदारी आहे.

किरण बेदी, मीरा बोरवणकर या पोलीस आयुक्त, महासंचालक झाल्या. सुनीता विल्यम्स अंतराळात जाऊन आली. आमच्या पुण्यातल्या सोजराबाई स्वत: ट्रक चालवून फॅक्टऱ्यांना बर्फ पुरवतात. पण मला सांगा, राजकारणात स्त्रिया अजून किती कमी आहेत! राजकारणात जे निर्ढावलेपण लागतं, जी फिरवाफिरवी करावी लागते, खुर्चीसाठी मखलाशा करून तत्त्वं गुंडाळावी लागतात, मुख्य म्हणजे पैसा पेरावा लागतो अन् तो 'वसूल' करावा लागता; हे सगळं आमच्या स्त्रिया कधी शिकणार आहेत? दादागिरी, 'भाई'गिरी सर्रास चालते; 'ताई'गिरी, 'आक्का'गिरी कधी सुरू होणार? परवा त्या लेखिका कमल देसाई म्हणाल्या, स्त्रिया राजकारणात आल्या, तर राजकारण स्वच्छ होईल! याला काय समानता म्हणायची? लाच खाण्याचा मक्ता काय फक्त पुरुषांनाच आहे का? मागे एकदा भाजपच्या आमदार असलेल्या बाईलाच घेताना पकडल्या गेल्या, तेव्हा मला केवढा आनंद झाला होता! ही खरी समानता! सगळे उत्सव बघा— पुरुषांच्या ताब्यात. बायकांनी फक्त भोंडले करायचे, मंगळागौरी

करायच्या. गणपती उत्सवात टगेगिरी करीत वर्गणी वसूल करायची ती मंडळाच्या पुरुष कार्यकर्त्यांनी. गणपतीच्या स्टेजखालीच रात्र-रात्र पत्त्याचे डाव टाकायचे ते पुरुषांनीच. विसर्जन मिरवणुकीत गुलालानं माखून, क्वार्टर मारून, दणादण स्पिकर्स लावून अचकट-विचकट अंगक्षेप कुणी करायचे? पुरुष कार्यकर्त्यांनी! आता-आता जरा काही मुली याही क्षेत्रात आपली चमक दाखवू लागल्या आहेत. रंगपंचमीलाही आजवर एकमेकांच्या तोंडाला सिल्व्हर फासणे, काची रंग लावणे, उचलून रंगाच्या पाण्याच्या हौदात फेकणे, धूळवड खेळून चिखलात लोळणे—हे सगळे सांस्कृतिक उपक्रम फक्त पुरुष करायचे. आता विशेषतः कॉलेजकन्यका यातही रंग उधळू लागल्या आहेत, हे बघून बरं वाटतं.

तशाच रात्रीच्या पाट्र्या! न्यू इयरच्या पाट्र्यांनासुद्धा खाणे-पिणे, मस्ती करणे, रात्री उशिरा धुंद होऊन घरी परतणे, हे फक्त पुरुषांचं काम. नवऱ्यांनं बरोबर नेलं तर बायकांना थोडी संधी, एवढंच. पण नाही—आता तर तरुणीही बिनधास्त गावाबाहेरच्या ओल्या पाट्र्यांना जाऊ शकतात. मस्त वाईन, बिअर... वगैरे रिचवून पार्टी एन्जॉय करू शकतात. अगदी 'चढे'पर्यंत पिऊ शकतात. अशा स्त्रियांना परत पोहोचविण्यासाठी काही कंपन्यांनी लेडीज ड्रायव्हर्स पुरवण्याची सोय केली आहे. कार हवी असेल, तर कारसह लेडीज ड्रायव्हर—जी अर्थातच न प्यायलेली असेल! काय धमाल आयडिया आहे.

महिलांनो, पार्टी करा—फुल्ल मूडमध्ये मजा करा—खा, प्या, नाचा! अगदी झिंग येईपर्यंत, झोकांड्या जाईपर्यंत प्या! वांधा नाही. रात्री उशिरा तुमचं 'पार्सल' तुमच्या घरी सुरक्षित पोहोचवलं जाईल! तुम भी कुछ कम नहीं!

-०-०-०-

पोलीस आणि गाढवं

'गाढव आहेस!' असं आई-बाप स्वत:च्या पोरांना म्हणतात. मग हीच मुलं मुली आपल्या मित्रांचा/ मैत्रिणींचा तसाच 'उद्धार' करतात. गाढव असणं म्हणजे निर्बुद्ध असणं. माणूस बुद्धिमान असतो, कारण त्याच्या मेंदूला खूप सुरकुत्या असतात. जितक्या या वळ्या-वळ्या जास्त, तेवढी बुद्धी जास्त; मेंदू सपाट असेल, तर नर्मदेतला गोटा. गाढवाचा मेंदू कम्प्लीट सपाट असतो का, कोण जाणे! गाढवाला जर मेंदू असेल, तर त्यावर संशोधन व्हायला हवं.

आपल्याकडे गाढवी प्रेम असाही एक वाक्प्रचार आहे. कमालीचं, पराकोटीचं; थोडक्यात बिनडोक, आंधळं प्रेम म्हणजे गाढवी प्रेम! असं एकूण 'गाढव' या प्राण्याला आपण फार कमी लेखतो. आपले 'उचल्या'कार साहित्यिक लक्ष्मण गायकवाड मात्र 'गाढवा'ला आदर्श मानतात, कारण गाढव बिचारं कष्ट करीत असतं.

लक्ष्मण गायकवाड तर म्हणतात, 'आपल्या देशात कष्टाला, श्रमाला प्रतिष्ठा नाही. मी जर मुख्यमंत्री झालो, तर प्रत्येक शासकीय कार्यालयात गाढवाचा फोटो लावीन. कारण गाढवाएवढा इमानदार आणि मेहनती प्राणी दुसरा कुणी नाही. त्यातून या देशाला किमान श्रमाची प्रतिष्ठा तरी कळेल.' गायकवाड यांच्या या विधानामुळं महाराष्ट्रातली सगळी गाढवं अगदी सद्‌गदित झाली होती. पण दुर्दैव त्यांचं, लक्ष्मण गायकवाड काही अजून तरी मुख्यमंत्री नाही झाले. (आजकाल तर मुख्यमंत्री या विषयावर बोलणं, हाच गाढवपणा झाला आहे. जो उठतो, तो म्हणतो... असो!)

तुम्ही एखादं रस्त्याच्या कडेला उभं राहिलेलं गाढव बघा— एखाद्या पुतळ्यासारखं स्तब्ध उभं असतं. इतकं स्थितप्रज्ञ की, हे काय उभ्या-उभ्या ध्यान करतंय की काय असं वाटावं. मात्र एकदा मागचे पाय झाडायला लागलं की, विचारू नका. गाढवांचा उपयोग

कुंभारमंडळी, बिल्डरमंडळी माती, वाळू वाहण्यासाठी करतात. पण याखेरीजही आपल्याकडे गाढवाचे इतर काही उपयोग आहेत. एखाद्या गुन्हेगाराला शिक्षा करायची असेल—विशेषत: गावभर त्याची शोभा करायची असेल—तर गाढवावरून 'धिंड' काढतात. धिंडीसाठी वेगळी गाढवं लागतात का; कल्पना नाही. पण एके ठिकाणी मी बोर्डही पाहिला होता—'आमचे येथे धिंड काढण्यासाठी गाढवे मिळतील!'

काही वेळा गाढवाचा उपयोग मोर्चा काढण्यासाठीही केला जातो. एका संघटनेनं गाढवाचा असाच कल्पक उपयोग केला होता. एका लग्नात मुलानं जबरदस्त हुंडा घेतल्याचं कळलं, तशी ही मंडळी गाढवाला घेऊन कार्यालयाजवळ गेली. गाढवाच्या गळ्यात बोर्ड लटकावला होता—'मी हुंडा घेतला!' गाढवाचा एक लेटेस्ट कल्पक उपयोगही नुकताच झालाय. ठाणे शहरातले एक पोलीस ठाणे! ठाण्याची लोकसंख्या वाढली त्याच प्रमाणात चोऱ्या, घरफोड्याही वाढल्या. त्यामुळे एका नव्या पोलीस ठाण्याची निर्मिती झाली. पण त्या प्रकरणात इंदिरानगर नाक्याची पोलीस चौकी कुठल्या ठाण्याच्या अंतर्गत आहे, हे ठरेना. त्यामुळे ही चौकी ओस पडली होती. अखेरीस पब्लिकनं या चौकीत गाढवं सोडून दिली आणि ठाण्यात एकच खळबळ माजली! पोलीस प्रशासन जागं झालं आणि त्यांनी चौकीत पोलीस पाठवले. मात्र पोलिसांनी गाढवांना बाहेर काढता कामा नये. कायदा गाढव असतो म्हणतात. पोलिसांना कायदा पाळायचा असेल, तर ही गाढवंही पाळलीच पाहिजेत!

- ० - ० - ० -

एनआरआय ढेकूण!

अमेरिका म्हटलं की, सगळं कसं 'चकाचक' दृश्य आपल्या नजरेसमोर येतं. काय ती स्वच्छता, काय ती सगळी आधुनिक यंत्रं आणि सुखसोई... घाम न गाळता दाम कमावता येतो, हे आपल्या मुंबईकरांना अमेरिकेत गेल्यावरच कळतं. सिद्धिविनायकाच्या दर्शनासाठी रांगा लागतात, तशा अमेरिकेचा व्हिसा मिळण्यासाठी! पण तुम्हाला हे माहितीय का—आजकाल अमेरिकेतल्या मंडळींना सर्वांत हैराण कुणी केलंय? अक्षरश: 'त्यांनी' अमेरिकनांची रात्रीची झोपच उडवलीय... ओसामा बिन लादेननं जसे अमेरिकेच्या नाकीनऊ आणले, तसे या नव्या शत्रूनं नाकी दहा आणले आहेत! अमेरिका दहशतवादाचा जसा सामना करते आहे तशीच लढाई या नव्या शत्रूशी... युद्धपातळीवर करते आहे. कुणी बेजार केलंय अमेरिकेला? कुणी त्यांची झोप उडवलीय? उत्तर आहे— ढेकणांनी! एनआरआय ढेकणांनी! होय, तुम्हाला काय वाटलं, ढेकूण काय फक्त भारतातच असतात? आपल्यासारख्या मध्यमवर्गीयांच्या किंवा गरिबांच्या लाकडी खाटांमध्येच वस्ती करतात? निव्वळ गैरसमज आहे! सध्या अशी परिस्थिती आहे, की न्यूयॉर्क शहरात ढेकणांच्या 'लोकसंख्येत' भरमसाट वाढ झाली आहे. कशामुळे? आले कुठून हे ढेकूण? एक तर नक्की—अमेरिकेत शिक्षणासाठी (आणि नंतर गुपचूप तिकडेच सेटल होण्यासाठी) भारतातून जाणाऱ्या तरुण-तरुणींची फार मोठी संख्या आहे. या तरुणांबरोबरच भारतातले ढेकूण न्यूयॉर्कला पोहोचले असणं सहज शक्य आहे. मांजर, कुत्री हे पाळीव प्राणी नाही नेता येत; पण ढेकूण जाऊ शकतात. बरं, ढेकणांचं वजन फारसं नसल्यानं 'लगेज'ही वाढत नाही! असे हे मूळचे भारतीय ढेकूणच असणार, असं दिसतंय. या ढेकणांना न्यूयॉर्कचं हवामान चांगलं मानवतंय. गोऱ्या अमेरिकनांचं रक्त त्यांना अधिक 'टेस्टी' लागत असावं. कदाचित ढेकणांच्या समाजातही अमेरिकेत राहणं

प्रतिष्ठेचं मानलं जात असावं. त्यांना व्हिसा, ग्रीन कार्ड असली झंझटंही नसतात.

तुम्हाला काय वाटलं, मी उगाच अतिशयोक्ती करतोय? तसं वाटत असेल, तर तुमच्या माहितीकरिता सांगतो—तूर्त अमेरिकेत 'ढेकणांचा सामना कसा करावा?' या विषयावर चक्क सेमिनार आयोजित केले जात आहेत. भारतात काय ढेकूण कमी आहेत? पण भारतात ढेकणांवर असे कधी 'सेमिनार' भरलेयत? ढेकूण-संहाराची 'प्रात्यक्षिकं' झालीयत? तिकडे ती होताहेत. त्याचं असं आहे... प्रश्न सवयीचा आहे. ती गोष्ट आठवते का? एक मासे विकणारी कोळीण एका रात्री एका फुलवालीच्या घरात मुक्कामाला जाते. फुलांच्या सुगंधामुळे ती इतकी हैराण होते की, तिला झोपच लागत नाही... शेवटी ती मच्छीची टोपली उशाला घेते, तेव्हा कुठे तिला झोप लागते. आपलं तसंच आहे. डास, ढेकूण असल्याशिवाय आपल्याला झोपच लागत नाही. बिचाऱ्या अमेरिकेत मात्र ढेकणांनी अतिक्रमण केलं आहे. तिकडे कुठल्याही विषयावर त्वरित संशोधन वगैरे केलं जातं. त्यात असं आढळलंय की, ढेकणांमुळे अमेरिकनांच्या फक्त झोपेचाच बट्ट्याबोळ होत नाहीय, तर त्यांच्या मानसिकतेवरही आघात होतोय! सो सॅड! तेव्हा अशा वेळी भारतानं माणुसकीच्या नात्यानं मदतीचा हात पुढे करायला हवा. भारतातून अमेरिकेत जाणाऱ्या युवक-युवतींचा लोंढा रोखता आला नाही, तरी मूळच्या भारतीय ढेकणांचा लोंढा अमेरिकेतून इकडे आयात करता येईल. त्यात नुकसान काहीच होणार नाही. गोऱ्या रक्ताची चटक लागलेले हे एनआरआय ढेकूण इकडे येताच खंगून-खंगून खलास होतील.

- ○ - ○ - ○ -

नाईक नंबर तीन

कोण बुवा हे नाईक नंबर तीन? पण त्यापूर्वी पहिले दोन नाईक कोण, हे तर पाहायला हवं? पहिले नाईक म्हणजे, महाराष्ट्राचे मुख्यमंत्री वसंतराव नाईक. वर्षानुवर्षे तेच मुख्यमंत्री होते. त्यांचं पुण्यातलं शनिवारवाड्यावरचं भाषण ऐकायला मी गेलो होतो. बाप रे! वसंतराव नाईकांनी एक सनसनाटी घोषणा केली. म्हणाले, ''येत्या तीन वर्षांत महाराष्ट्राला अन्नधान्याच्या बाबतीत स्वयंपूर्ण केलं नाही, तर मला फासावर चढवा!'' टाळ्यांचा प्रचंड कडकडाट! तीन वर्षे उलटून गेली, पण महाराष्ट्र काही स्वयंपूर्ण झाला नाही. तेव्हा आमचे पुण्याचे वकील आणि माजी उपमहापौर प्र. बा. जोग म्हणाले, ''नाईकांनी आता फासावर चढलं पाहिजे. त्यासाठी दोर वळायला आणि खटका ओढायला माझी तयारी आहे.''

पण तसं काही झालं नाही.

नाईक नंबर दोन म्हणजे, वसंतरावांच्या जातकुळीतले महाराष्ट्राचे मुख्यमंत्री सुधाकरराव नाईक. या नाईकांच्या कारकिर्दीत आम्ही जरा खासगी प्रकरणात इतके बुडालो होतो की, त्यांच्याबद्दल काही म्हणजे काही आठवणच नाही. असो.

आपल्याला मतलब आहे तो नाईक नंबर तीनशी. पण त्या अगोदरच एक कबूल करायला हवं—आपण भारतीय लोक एकदम करंटे आहोत. आपल्याच गोष्टींची/माणसांची आपल्याला किंमत नसते. तिकडे अमेरिकेत कुणी हळदीचं पेटंट घेतलं की, आपण खडबडून जागे होतो. मग हळदीचं खरं महत्त्व आपल्याला कळतं. अमर्त्य सेनना नोबेल मिळालं की, त्यांची किंमत कळते. पण ते तरी काय 'तिकडचेच'! अमर्त्य सेनांची किंमत आपल्याला कळते, पण आपल्याच गणेश नाईकांची किंमत अजूनही आपल्याला कळलेली नाही. करेक्ट! नाईक नंबर तीन. म्हणजेच महाराष्ट्राचे पर्यावरणमंत्री गणेश नाईक. आज महाराष्ट्रापुढे डोंगराएवढ्या समस्या आहेत. त्या

सोडवायच्या, तर पैसा हवा! त्यासाठी आपण केंद्राकडे आशाळभूत नजर लावतो, जागतिक बँकेपुढे झोळी पसरतो. एक लाख दहा हजार कोटींचं कर्ज डोक्यावर घेतो. गणेश नाईकांना विचारा—हे भलं मोठं कर्ज चुटकीसरशी कसं फेडायचं ते. व्हेरी सिंपल! गोरेगावची आरे कॉलनी, महालक्ष्मीचा रेसकोर्स आणि विक्रोळी या तीन ठिकाणची जमीन विकायची. बाजारभावानुसार या जमिनी फुंकल्या, तर तब्बल दोन लाख कोटी येतील. त्यातून कर्ज फेडूनही ९० हजार कोटी शिल्लक राहतील! त्यामधून सिंचन, वीज प्रकल्प, रस्ताबांधणीला प्रत्येकी वीस हजार कोटी वापरायचे; उरलेले तीस हजार कोटी शेती, आरोग्य आणि शिक्षणासाठी! सगळे प्रॉब्लेम्स खल्लास! कुठल्या कुठे जाईल महाराष्ट्र! खरोखरीच 'महा' होईल की नाही? आज मुंबईत जागा नाहीय, म्हणून काय झालं? नाईकांनी मस्त 'जागा' दाखवलीय— मुंबईचा समुद्र! समुद्रात 'जल मुंबई' हे नवं शहर उभारायचं! हसताय काय? अहो, पूर्वी 'अंतराळ स्थानका'ला लोक हसतच होते. आता तर काय चंद्रावरच्या जमिनीचंही अॅडव्हान्स बुकिंग चालू आहे. 'जल मुंबई'ची योजना प्रत्यक्षात नाही आली तरी सरकारनं नुसती योजना जाहीर करावी. अंबानी, अमिताभ, राणी मुखर्जी करोडो रुपये भरून अॅडव्हान्स बुकिंग करतील! मग काय, पैसाच पैसा; करा विकास हवा तेवढा! नाईकांच्या पोतडीत अशा कैक भन्नाट योजना आहेत. पवारसाहेब, पुढच्या निवडणुकीत राष्ट्रवादी सत्तेवर आणण्याचा तुमचा प्लॅन सुरू झालाच आहे. तेव्हा कृपया करून गणेश नाईक यांना महाराष्ट्राचे मुख्यमंत्री करा आणि तुम्ही तिकडे दिल्लीच्या खुर्चीकडे लक्ष द्या. एवढं ऐका आमचं! नाईक नंबर तीन 'सी. एम.' झाले की, महाराष्ट्र देशात नंबर वन होईल, हे आम्ही (तेलगीच्या) स्टॅम्पपेपरावर लिहून द्यायला तयार आहोत!

- ० - ० - ० -

विद्याजी धीरे चलना...

विद्या बालन! प्रथमच हे कबूल करतो की, तुझ्या (वाढत्या) चाहत्यांपैकी आम्हीही एक आहोत. 'फर्स्ट इंप्रेशन इज द लास्टिंग इंप्रेशन' असं इंग्रजी मंडळी म्हणतात. तू पर्दापणालाच 'परिणीता'मध्ये सॉलिड इंप्रेशन टाकलंस. बरीच ऑवॉर्ड्स काखोटीला मारलीस. ज्याची दृष्टी जरा अधू आहे, असा माणूससुद्धा सांगेल की, तू गोड दिसतेस. राणी मुखर्जी, प्रीती झिंटा यां सारखीच गोड हसतेस आणि बाई गं - अभिनयही करतेस!

पण 'हे बेबी', या इंडस्ट्रीत 'लंबे रन्का घोडा' किंवा 'घोडी' व्हायचं असेल, तर दोन गोष्टी लक्षात ठेव. पहिली— सगळ्या टाईपच्या भूमिकांमध्ये आणि ड्रेसमध्ये तू शोभली पाहिजेस. दुसरी—डोक्यात हवा जाऊन नखरे करता कामा नयेस! नखरे न करणारी मंडळी (उदा. जितेंद्र) फारसं टॅलेन्ट नसलं, तरी वर्षानुवर्षे टिकतात. याउलट, खूप टॅलेन्ट असूनही निर्मात्याकडे 'आत्ताच्या आता मला शहाळं पाहिजे,' असं नखरे करणाऱ्या हिरोईनींचा पत्ता कट होतो.

तू आम्हाला हवी आहेस... म्हणजे इंडस्ट्रीत टिकायला हवी आहेस. 'हे बेबी'तले तुझे ड्रेस तुला फारसे शोभले नाहीत किंवा तू त्या ड्रेसना शोभली नाहीस. त्यामुळे तू आता ड्रेसेसबद्दल भलतीच चोखंदळ झाल्याचं ऐकिवात आहे. रमेश तौरानीनं त्याच्या चित्रपटासाठी, अक्की नरुलानं तुझ्यासाठी खास डिझाईन केलेले ड्रेस तुला दिले; पण त्यांतले काही ड्रेस तुझ्या भूमिकेला सुसंगत नाहीत, असं वाटल्यानं तू म्हणे ते बाजूला ठेवलेस आणि स्वत: योग्य ते ड्रेस खरेदी केलेस. ते ड्रेस महागडे असतील, नसतीलही; पण आधीचे ड्रेस फुकट गेलेच ना? प्रश्न पैशाचाही नाहीये. बये, हे तू आधी रमेश तौरानींशी बोलली होतीस का? त्याची संमती घेतली होतीस का? तू अजून नवी आहेस, म्हणून या 'ड्रेस'संदर्भातले

दोन खास किस्से सांगतो, ते ऐक. तात्पर्य कळण्याइतकी तू सुझ आहेसच!

ज्येष्ठ अभिनेत्री ललिता पवार, 'चोरीचा मामला' या चित्रपटात—होय चक्क मराठी चित्रपटात—काम करीत होत्या. निळू फुलेंच्या आईचं. निळू फुले त्यात हमालाच्या भूमिकेत होते. शूटिंग सुरू झालं तशी ड्रेसमननं ललिताजींना साधीच पण नवी कोरी साडी दिली. ललिताजींनी म्हटलं, 'अरे, हमालाची आई इतकी कोरी करकरीत साडी कशी घालेल?' ड्रेसमन म्हणाला, 'आपण साडी चुरगाळू!' ललिताजी 'नको' म्हणाल्या अन् सरळ बाहेर पडल्या. जवळच्या कामवाल्या बायांच्या वस्तीत गेल्या. तिथल्या एका बाईच्या अंगावर ठिगळं जोडलेली साडी होती. ललिताजींनी तिला ती नवी कोरी साडी दिली आणि तिची ठिगळंवाली जुनी साडी नेसून त्या सेटवर आल्या. कळलं तुला, मला काय म्हणायचंय ते? ड्रेस असाही बदलता येतो.

आता दुसरा किस्सा—चॉकलेट हीरो देव आनंदचा. 'तिसरी मंझिल' चित्रपटात नासीर हुसेननं अगोदर देवला निवडलं होतं. त्याच्या मापाचे ड्रेसही शिवून तयार होते. पण शूटिंग सुरू व्हायच्या आधीच गडबड झाली. एका पार्टीत देव बोलून गेला, 'पिक्चर चालतो तो स्टारच्या जीवावर!' हे नासीर हुसेननं ऐकलं आणि त्यांनी तत्काळ देवला हीरो म्हणून नाही, घ्यायचं असं ठरवलं. असिस्टंट म्हणाले, 'साहेब, त्यांच्या मापाचे ड्रेसेस शिवून तयार आहेत.' नासीर म्हणाले, 'ते ड्रेस ज्याला बसतील, असा नायक शोधा!' ते ड्रेस अंगाला बसले ते शम्मी कपूरच्या (म्हणजे त्या वेळच्या शम्मी कपूरच्या) आणि 'तिसरी मंझिल'मध्ये देवचा पत्ता कट होऊन शम्मी आला. तुझ्या मापाचे ड्रेस बसू शकतील, अशा दोघी-तिघी हिरोईन्स आहेत...

म्हणूनच तुला सल्ला... विद्याजी, धीरे चलना, ड्रेसमें जरा संभलना... बडे धोखे है इस राहमें!

- o - o - o -

सजा-ए-थप्पड

प्रत्येक चित्रपट दिग्दर्शकाची दिग्दर्शनाची शैली वेगळी असते. आपले चित्रमहर्षी भालजी पेंढारकर खास कोल्हापुरी. त्यांचा दराराही मोठा. चित्रण सुरू असताना ते चक्क शिव्या देत असत. xxx ही त्यांची खास लाडकी शिवी. सर्वांना त्याची सवय झाली होती, तरी स्त्री कलाकरांची जरा पंचाईत व्हायची. पण भालजींना सांगणार कोण? ते धाडस केलं के. एन. सिंग यांनी. भालजींना त्यांचं म्हणणं पटलं. भालजींनी म्हटलं, "तुम्ही असं करा, सेटवर माझ्या तोंडून शिवी निघाली की, फक्त 'दंड' म्हणून ओरडा.''

एका शिवीला दहा रुपये दंड ठरला, पण त्या दिवसापासून (दंडाच्या भीतीमुळे असेल कदाचित) भालजींनी शिव्या देणंच बंद केलं. त्याचा उलटाच परिणाम झाला. सगळ्या स्टाफला शिवराळ भाषेची इतकी सवय झालेली की, चार दिवस भालजींच्या तोंडून xxx हे शब्द न ऐकल्यानं सगळ्यांना चुकल्या-चुकल्यासारखं झालं! स्टाफला वाटलं, 'बाबां'चं काही तरी बिनसलंय. मग बाकीच्यांच्या कामातही शिथिलता आली. सगळी 'मजा'च गेली. भालजींच्या हे लक्षात आलं. पाचव्या दिवशी त्यांनी स्त्री कलावंतांना बाहेर जायला सांगितलं आणि xxx शब्दानं 'भवानी' करून पुन्हा शिव्या देणं सुरू केलं. तिकडे के. एन. सिंग 'दंड... दंड' म्हणत स्कोअर मोजू लागले. मग भालजींना स्टाफला आपण शिव्या न देण्याचं कारण समजावून सांगितलं; मात्र शिव्या दिल्याबद्दल साठ रुपये दंडही भरला. के. एन. सिंग यांनी त्याची मिठाई मागवून स्टाफला वाटली आणि शेवट गोड केला. स्टाफ ऐकून घेत असला, तरी सेटवर शिव्या देणं चुकीचं आहे, हे भालजींनीही खुल्या दिल्यानं मान्य केलं होतं.

मला वाटतं, भालजींनंतर दिग्दर्शकानं सेटवर शिव्या देण्याची परंपरा बंदच पाडली. तिकडे दाक्षिणात्य चित्रपटसृष्टीत असं कुणी

'गावरान' शैलीत दिग्दर्शन करीत असे का; माहिती नाही. कदाचित दाक्षिणात्य चित्रपट दिग्दर्शक स्त्री-दाक्षिण्यात पुढे असावेत! पण दिग्दर्शक स्वामी ऊर्फ 'सामी' यांनी चित्रपटसृष्टीत एक नवाच पायंडा नुकताच पाडला. 'मिरुगम' या चित्रपटाच्या सेटवर अभिनेत्री पद्माप्रिया ऊर्फ 'प्रिया' हिला खाड्कन् थप्पडच मारली. (कदाचित त्या वेळी त्यांनी मनात आपल्या हिंदी चित्रपट सृष्टीतील फेमस डायलॉग 'इस थप्पड की गूंज सुनी तुने?' हाही म्हटला असेल!)

सगळे अवाक् झाले. हिरोईनला सर्वांसमोर थप्पड! गंमत म्हणजे, त्यानंतर स्वामींनी 'सॉरी' तर नाहीच म्हटलं; उलट, मला हवा तसा अभिनय तिच्याकडून न मिळाल्यामुळे आपण थप्पड मारली, असं स्पष्ट केलं. हे ग्रेटच झालं! कलाकारानं दिग्दर्शकाला हवा तसा शॉट दिला नाही की खणणकन् कानाखालीच आवाज! पण काही वेळा एकेका शॉटचे वीस—पंचवीस 'रिटेक्स' होतात... प्रत्येक वेळी थप्पड मारली, तर हिरोईनचं 'थोबाड' सुजेल... मग 'क्लोजअप'मध्ये ती कशी दिसेल?

दुसरा प्रश्न असा आहे की, प्रियाच्या जागी कुणी पुरुष कलावंत असता— म्हणजे चिरंजिवी किंवा रजनीकांत... आणि त्यांनी योग्य शॉट दिला नसता, तर स्वामींनी त्यांना थप्पड लगावली असती का? काय बिशाद आहे! फक्त हिरोईनला थप्पड मारण्यात 'पुरुषार्थ' दाखवणाऱ्या या सामींनी नंतर माफी मागितलीही; पण शेवटी तमिळनाडू चित्रपट इंडस्ट्रीनं त्यांच्यावर कम्प्लीट एका वर्षासाठी बंदीच घालून टाकली.

हे योग्यच झालं... पण तरीही एक करावं. एक 'थप्पड समारोह' आयोजित करून त्यात स्टेजवर सामींना उभं करावं आणि प्रत्येक अभिनेत्रीनं त्यांना एक-एक थप्पड जाहिरपणे मारावी. मग सामींनी स्वत:लाच एक थप्पड लगवावी आणि हो... घरी गेल्यावर बायको जी लगावेल... ती मात्र शेवटची थप्पड समजावी!

-o-o-o-

बारबाला स्क्वाड

अख्ख्या होल भारतात एकच व्यक्ती अशी आहे, जी तोंडात येईल ते बोलते... बोलू शकते. पण त्यासाठीसुद्धा अंगात 'धमक' लागते आणि पाठीशी अनुयायांची भली मोठी 'कुमक' लागते. ती व्यक्ती फक्त मराठीच असू शकते! एवढा उखाणा कशाला घालू? सरळ नावच घेतो ना... अहो, आपले बाळासाहेब ठाकरे. बाकी काय त्यांचं असेल ते असो; पण या एका 'गुणा'साठी तरी आपण बाळासाहेबांना मानतो. त्यांचं आडनाव ठाकरे असलं, तरी त्यांचा पवित्रा नेहमी (धरून) 'ठोक रे' असाच असतो.

तिकडे मायावतींनी नुकतीच दहा लाखांची सभा घेतली, तर त्यांचं म्हणणं सभेची गिनीज बुकात नोंद करा! पण इकडे मुंबईच्या शिवाजी पार्कवर बाळासाहेब लाखोंचा दसरा मेळावा बेचाळीस वर्षे घेतायत, त्याची तर पहिली नोंद हवी! हे खरंय की, आता बाळासाहेबांचं शरीर थकलंय पण विचार थकलेले नाहीत. विचार काही ऐंशी-ब्यायऐंशी वर्षांचे झालेले नाहीत, ते 'तरुण' च आहेत. जिभेची धार तीच आहे—'मुंबईला हात लावाल तर खबरदार! मुंबई महाराष्ट्रापासून तोडू पाहणाऱ्यांचे हात तोडले जातील!' बाळासाहेबांच्या भाषणात मुद्दे महत्त्वाचे नसतात; गुद्देच महत्त्वाचे असतात. ते कुणाची कशी खिल्ली उडवतात, कुणाला कसा टोला लगावतात, एवढंच पाहायचं असतं. बाळासाहेबांनी ते काम सालाबादप्रमाणे यंदाही श्रीकृपेकरून चोख पार पाडलं... पण या वेळी बाळासाहेबांनी एक भलतीच नामी युक्ती आणि एक खतरनाक सल्ला दिला आहे.

आपल्या लाडक्या गृहमंत्र्यांना—अर्थात आर. आर. तथा आबा पाटलांना! ठाकरे बोलले, "गुंडांचे एन्काउन्टर करणारे पथक अनामी रॉयनं उद्ध्वस्त करून टाकले. तो आबा फक्त इशारे देतो. यंव करीन, त्यंव करीन—करीत काहीच नाही." आबा पाटील गुंडांना थोपवण्याची मर्दुमकी गाजवू शकले नाहीत. त्यांनी फक्त

बारबालांचे नाच तेवढे थांबवले. त्यावरून बाळासाहेब आबांवर 'सॉलिड' घसरले आणि बरसले. म्हणाले, ''आबांनी बारबालांचे डान्सबार बंद करून काय शौर्य दाखवले? त्या नाचतात पोटाची खळगी भरण्यासाठी. त्यात बांगलादेशी बाया असतील, तर त्यांना काढा बाहेर; पण बाकीच्यांना नाचू द्या की. मी तर म्हणतो, आबांनी बारबालांचेच एक स्क्वाड तयार करावे... आणि स्वत: त्याचे प्रमुख व्हावे. त्या पोरी गुंडांना डोळे मारतील आणि आबांपुढे आणतील. मग आबांनी त्या गुंडांचे एन्काउन्टर करावे.''

कुणाला वाटेल, बारबालांचे स्क्वाड? छे-छे, काय द्वाड सल्ला आहे! पण नाही तरी आबा, 'पोलीस फोर्स कमी पडतो, नको त्या तंट्याबखेड्यात गुंतून पडतो,' अशी ओरड करीत असतातच. बारबालांचं राखीव स्क्वाड त्यांना नक्की वापरता येईल आणि यात विचित्र काही नाही हो. पूर्वीचे राजे 'विषकन्या' तयार करीत. एखादीला जन्मापासून दुधाऐवजी थेंब-थेंब विषावर वाढवीत. तिला नृत्यकलेत, कामशास्त्रात निपुण करीत. मग ती शत्रू असलेल्या राजाला मोहात पाडून त्याच्याशी अंगसंग करीत असे. तिच्या अंगात मुरलेल्या विषानं शत्रू राजा तत्काळ गतप्राण होत असे. या बारबाला डोळ्यांनी 'मारणार' असल्यानं 'गोळ्यां'नी मारण्याची गरज राहणार नाही. काम असं बिनबोभाट होईल; शिवाय बारबालांचं 'अंगभूत' कौशल्य देशाच्या कामी येईल. बघा आबा, विचार करा!

- ०- ०- ०-

शुभ मंगल...सावधान!

'लग्नाला चला, तुम्ही लग्नाला चला...' असं एक गाणं आहे गावात कुणाचं लग्न ठरलं की, अख्ख्या होल गावाला आवतण द्यायची पद्धत. नुसतं आवतण नाही हो, गावजेवणच घालायला लागायचं. लग्न म्हणजे कसं वाजत-गाजत झालं पाहिजे.

त्यातून येथे श्रीकृपेकरून महाराष्ट्राचे माजी मुख्यमंत्री आणि आजी महसूलमंत्री नारायण राणे यांचे चिरंजीव नीलेश यांचा विवाह राजेंद्रराजे निंबाळकर यांची कन्या चि. सौ. कां. प्रियांका यांचेशी... मग काय विचारता!

हयातभर लक्षात राहावं, म्हणून लग्न पंचतारांकित इंटरनॅशनल ग्रँड 'हयात' या हॉटेलमध्ये ठेवलेलं. लग्नासाठी लग्नपत्रिका तर सगळेच छापतात, पण नारायण राणेंनी 'लग्नबॅनर' हा नवाच प्रकारही वापरला. त्याचं असं आहे—लग्नपत्रिका पहिल्यांदा देवाच्या पायावर ठेवतात, तशी ती राणेंनी ठेवलीही; पण राणेंचं आणखी एक दैवत म्हणजे बाळासाहेब ठाकरे. आता दैवताच्या पायाशी लग्नपत्रिका ठेवणार कशी? राणेंना तर 'मातोश्री'त पाय ठेवायची बंदी. त्यावर जंगी उपाय म्हणून राणेंनी 'मातोश्री'समोर भव्य लग्नबॅनर उभं केलं! पहिलंच लग्नबॅनर म्हणून याची नोंद निदान लिम्का रेकॉर्ड बुकात व्हायला हवी.

'विनम्र होऊन करितो वंदन,
शुभकार्याचे देतो आवतण ।
निमंत्रणाचा या स्वीकार व्हावा
आणि आशीर्वाद द्यावा ।।

अशा ओळी आणि 'राणे, सौ. राणे, तसेच वडीलमंडळींच्या निमंत्रणास मान देऊन अवश्य यावे', असं सुचवणारी चिरंजीव नीलेश व नितेश यांची विनम्र छायाचित्रे!

हे विनम्र वंदन अर्थात बाळासाहेबांना होतं; पण मौज म्हणजे,

अगत्य येऊन वधू-वरांस शुभाशीर्वाद द्या, असं म्हटलेलं नव्हतं. आशीर्वाद द्यावा, एवढंच म्हटलेलं होतं. म्हणूनच बाळासाहेबांनी 'ग्रँड हयात' हॉटेलसमोर असंच एखादं 'आशीर्वाद बॅनर' लावलं असतं तर...!

पण कसलं हो... लग्नात भटजी 'शुभ मंगल सावधान' म्हणतात, तसं यावेळी नीलेशचं शुभ मंगल होतं तरी ठाकरेंनीच 'सावधान' असा इशारा शिवसेनेच्या आमदार-खासदारांना अगोदरच दिलेला होता. बाळासाहेबांना किंवा उद्धव ठाकरे या दोघांपैकी कुणाला तरी (स्टॅम्प्स जमवण्याचा असतो तसा) लग्नपत्रिका जमवण्याचा छंद असावा. कारण ज्या शिवसेना पदाधिकाऱ्यांना या लग्नाची आमंत्रणपत्रिका आली आहे, त्यांनी ती शिवसेना भवनात जमा करावी, असा अलिखित फतवा 'मातोश्री'वरून निघाला होता.

काही महिन्यांपूर्वी कुप्रसिद्ध डॉन दाऊद इब्राहिमच्या मुलीच्या पाकिस्तानमधील लग्नाला दाऊद स्वत: हजर होता की नाही, हे अल्लाच जाणे! कुणी म्हणतात, तो वेशांतर करून आलाही होता; पण त्याला पकडण्यासाठी बाहेर गस्त घालणाऱ्या आणि सज्ज असणाऱ्या पोलीस पथकाला त्याचं नखही दिसलं नव्हतं. या वेळी ग्रँड हयातकडे जाणाऱ्या सर्व रस्त्यांवर शिवसेनेनं नक्कीच करडी नजर ठेवली असणार. काय बिशाद, शिवसेनेवाला कुणी त्या रस्त्यालाही फिरकेल! प्रसिद्धिमाध्यमेही कॅमेऱ्यानिशी सज्ज होती. कुणी शिवसेनेवाला आलाच, तर त्याला टिपायला! पण येणार कोण? इकडे 'अक्षता' टाकल्या की, शिवसेनेतून वाटाण्याच्या अक्षता! मला उत्सुकता आहे पत्रिकेत आहेराबाबत काय 'लाईन' होती? ती अशी असायला हवी होती. 'कृपया—आहेर आणू नयेत 'महाराष्ट्राच्या मुख्यमंत्रिपदासाठी आपला पाठिंबा, हाच आहेर मानला जाईल!'

-o-o-o-

खरं कोण... डमी कोण?

साधु संत येती घरा
तोचि दिवाळी दसरा...

— असं म्हटलं जातं. पण काळ असा झपाट्यानं बदललाय की, दसरा-दिवाळीच्या ऐन 'टैमा'ला भक्तांच्या घराला भेट देण्याऐवजी साधू-संत थेट राजकारणात उतरलेत—राजकारणाच्या आखाड्यात! काय योगायोग आहे पाहा. कुस्तीचा आखाडा असतो तसाच उत्तरेत साधू-संतांचाही 'आखाडा'च असतो. त्या आखाड्यात ध्यानधारणा, जपजाप्य अपेक्षित असतं.

पण गुजरातमधील निवडणुकांच्या निमित्तानं साधू-संत 'शंभू महादेव'चा जयघोष करीत 'सोमवारी' एकत्र आले ते हिंदू धर्मरक्षा 'संत संमेलना'साठी. भगवी वस्त्रे अंगावर धारण करून 'राजकारण' करणारी जी काही मोजकी मंडळी आहेत, त्यांत बाळासाहेब ठाकरे आणि उमा भारती ही नावं 'टॉप'वर आहेत. मात्र, दोघांचीही वाणी ही 'संतवाणी' नसते. बाळासाहेब तर 'हात तोडले जातील' असले थेट इशारे देत असतात. उमा भारती या तर हिमालयातील गुहेत तपस्या करून—म्हणजे जसे 'फॉरिनरिटन्र्ड' असतात, तशा 'हिमालयरिटन्र्ड' अशा संन्यासी राजकारणी! 'भाजप'मध्ये दाखल होऊन थेट मुख्यमंत्री झालेली संन्यासिनी. त्यांनी तर संन्यासिनींची भाषाच बदलून टाकलीय. 'मुलायमसिंगने तो हिजडोंकी फौज जमायी है.' असले खतरनाक डायलॉगही उमा भारती सहजगत्या टाकतात. संत संमेलनाच्या प्रमुख त्याच वक्त्या होत्या. या संमेलनात साधू-संतांनी दिलेला नारा होता, 'मोदी हटाव'! एवढंच नव्हे, तर सर्व साधू-संतांनी भाजप व मोदी यांचे राज्यातून उच्चाटन करण्याचा ठराव मंजूर केला आहे.

आपलं तर डोकंच गरगरायला लागलंय. आम्ही मानत

होतो की, 'हिंदुत्व ही भाजपची मक्तेदारी आहे आणि त्यातही नरेंद्र मोदी म्हणजे कट्टर हिंदुत्ववादाचे 'रोल मॉडेल' आहेत. तिकडे मात्र भाजप आणि मोदी यांना हिंदू साधू-संत हिंदू धर्माचे शत्रू मानत आहेत! खरा हिंदुत्वाचा ठेका आहे तरी कुणाकडे? गंमत म्हणजे, तिकडे हिंदू धर्मरक्षेसाठी 'मोदी हटाव'चे नारे साधू-संत लावत असतानाच त्याच परिसरात मोदी यांनीही प्रतिसंत संमेलन भरवले होते. या 'डमी' संत संमेलनाला— सॉरी 'प्रतिसंमेलनाला'ही संत आणि महंतांची हजेरी लक्षणीय होती! या संत संमेलनात नरेंद्र मोदींनी पुन्हा 'जय श्रीराम'चाच नारा दिला. त्यांनी आवाहन केलं की, या निवडणुकीत गुजरातमध्ये 'जय श्रीराम'चा घोष इतक्या दणक्यात होऊ द्या की, तो ध्वनी थेट इटलीत ऐकू जायला हवा! 'टेक राम टू रोम!' आपण तर भंजाळूनच गेलोय. 'जय श्रीराम' नक्की कुणाचा? मोदींचा, की उमा भारतींचा? खरे साधू-संत कोण—इकडचे की तिकडचे? पण एक मात्र मोदींनी जाहीरच केलंय—देशात सध्या मीच खरा मुख्यमंत्री आहे; बाकीचे सारे 'डमी' आहेत! मला तर प्रश्न पडलाय, गुजरातची निवडणूक तरी 'खरी' होणार आहे की, तीही 'डमी'च असणार आहे?

-o-o-o-

उभयपक्षी करार

छे—छे, हे भलंतच इंटरेस्टिंग आहे! फारच भन्नाट कल्पना/ सूचना आहे. मुख्य म्हणजे, चांगली वीस-पंचवीस वर्षे न्यायाधीश असलेल्या कुणी अॅड. अशोक पी. विभुते यांनी केली आहे. मी माझ्या बालबुद्धीनुसार काही 'जोडकलमं' सुचवली आहेत.

आपल्याकडे लग्न हा संस्कार मानला जातो. लग्नही थाटामाटात, सगळं साग्रसंगीत होतं. पण दिवसेंदिवस 'टिकाऊ' लग्नाचं प्रमाण कमी होतंय. संस्कार आपला म्हणायचा, म्हणून म्हणायचा! मुस्लिममंडळींमध्ये लग्न म्हणजे दिवाणी करार मानला जातो. अॅडव्होकेट विभुतेंनी सुचवलं आहे, ज्यांना विवाह हा संस्कार मानायचाय त्यांनी तो मानावा; पण तरीही यापुढे विवाह करताना पती व पत्नीने विवाहाचा रीतसर करार करावा. त्यावर संमती देणारे म्हणून असाव्या. हा करार कसा असावा? कशा-कशाबद्दल असावा? या 'उभयपक्षी करारा'ची काही कलमं अशी—

सगळं घोडं शेवटी, पहिल्यांदा अडतं मे मालमत्तेवरून, तेव्हा वधू-वर यांच्या असलेल्या व होणाऱ्या स्थावर व जंगम मिळकतीचा तपशील असावा. मालकी हक्कांबाबत स्पष्ट निर्णय असावा. मुलीनं लग्नानंतर नोकरी केली, तर तिच्या पगारावर हक्क पूर्ण तिचाच का? तर त्यासाठी, घरखर्चाची जबाबदारी व वाटणी स्पष्टपणे नोंदण्यात यावी. सणासुदीच्या एक्स्ट्रॉ खर्चाची व पाहुण्यांवरील अनपेक्षित खर्चाची जबाबदारी कुणी घ्यायची? (हे अर्थात पाहुणे मुलीकडचे, की मुलाकडचे यावर ठरेल!) पती-पत्नी कोठे व कोणासोबत राहणार याचा उल्लेख असावा. त्यांची स्वतंत्र बेडरूम असणार की नाही, हे स्पष्ट असावे.

दोघांच्या आई-वडिलांना त्यांच्यासोबत (आळीपाळीने) राहण्याचा हक्क असेल का? असेल तर सलग किती दिवस? त्याचप्रमाणे सोबत राहण्याचा हक्क नसेल, तर भेटण्याचा हक्क

असेल का, वर्षातून किती वेळा भेटता येईल? याचा उल्लेख असावा, (भेटींमध्येही मुलं/मुलींच्या संसारात नाक खुपसण्याचा अधिकार नसावा.)

कोणत्या वयानंतर मुलाच्या आई-वडिलांनी वृद्धाश्रमात जावे याचा उल्लेख असावा, म्हणजे लग्नापासूनच त्यांची मानसिक तयारी होऊ शकेल. सून त्याप्रमाणे ठरलेल्या तारखेकडे डोळा ठेवून उरलेले दिवस 'गुण्यागोविंदाने' काढू शकेल.

पती/पत्नीस होणाऱ्या अपत्यांचा सांभाळ करण्यास आई-वडिलांना सांगायचे (अशी नवरा-बायकोंची आयडिया असेल), तर त्याबद्दल त्यांना किती मोबदला द्यावा, याचा उल्लेख असावा. (नातवंडं लाडकी असली तरी!)

वाद झाल्यास मुलांचा ताबा व भेटीसंबंधी निश्चित योजना मांडावी. मुलांना कुणी काय 'भेटी' द्याव्यात, हेही ठरवावे.

वकीलसाहेबांच्या मते, हा करार कायद्याच्या चौकटीतलाच होऊ शकतो व त्यामुळे बरेच वाद मिटतील. कुटुंबातले आणि कौटुंबिक न्यायालयातले 'तमाशे' थांबतील.

एकदम मान्य! प्रश्न एकच आहे—अमेरिका व भारत यांच्यात नुकत्याच झालेल्या अणुकरारासारखा याही कराराबाबत पेच उद्भवला तर? एका 'पार्टी'नं (म्हणजे समजा,वरपक्षानं) केलेला करार दुसऱ्या (वधू) 'पार्टी'च्याही हिताचा आहे, हे पटवण्यासाठी कुणाची समिती नेमावी व तिच्या किती बैठका व्हाव्यात? वधूपक्ष - वरपक्ष म्हणजे दोन पक्षच! आणि 'पक्ष' आले की, पॉलिटिक्स येणारच ना? त्यापेक्षा भटजी सांगतील तसं करावं आणि 'वाजवा रे वाजवा' म्हणून मोकळं व्हावं!

-o-o-o-

अड्डे आणि गुत्ते

काय असेल ते असो, पण आबांबद्दल चार शब्द न लिहिता सलग चार दिवस गेले, तरी आम्हाला चुकल्या-चुकल्यासारखे होते. आबा म्हणजे आपले छान छकुले गृहमंत्री आर. आर पाटील.

फार सिंपल माणूस हो आणि केवढा संवेदनशील! असा माणूस राजकारणात राहतोच कसा, याचं आम्हाला राहून-राहून आश्चर्य वाटतं. आबा हे शरद पवारांचं 'फाइंड' आहे म्हणतात. पण पवारांसारख्या मुरब्बी राजकारणी गॉडफादरनं आबांना राजकारणातले काही सोपे धडेही दिले नाहीत की काय, अशी शंका येते.

आता साधी गोष्ट—राजकारणात नसलेली काही मंडळी समाजसेवा करीत असतात. ही जी मंडळी असतात, ती ऊठसूट राज्यकर्त्यांवर ताशेरे ओढत असतात. तुम्हीच सांगा—सारं काही आलबेल आहे, असं अख्ख्या जगात एखादं तरी राज्य असतं का? ना चोऱ्या-ना माऱ्या, ना दंगे-ना धोपे... असतं का? अशा राज्यात मग पोलीस खात्याची गरजच काय? ते बरखास्त करावं आणि पोलिसांची 'भजनी मंडळं' काढावीत.

सगळेच लोक कायद्याचं पालन करायला लागले, तर वकिलांनी काय पानाच्या टपऱ्या टाकायच्या? आणि न्यायलयात काय सार्वजनिक वाचनालये सुरू करायची? प्रत्येक राज्यात दारूचे गुत्ते आणि मटक्यांचे अड्डे असणारच, हे पयले झूट मान्य केलं पाहिजे. शेवटी हे गुत्ते आणि अड्डेसुद्धा जनतेच्या गरजाच पुऱ्या करीत असतात. उलट, मी तर म्हणेन की, गुत्ते आणि अड्डे येथेच खरी तळागाळातली रंजली-गांजली माणसं येतात. आपला जड झालेला जीव हलका करतात. अनोळखी माणसांपुढेसुद्धा 'तुम्हाला सांगतो बॉस- या दुनियेत इमानदारीची काही किंमत नाही... सगळे साले हरामखोर आहेत', असं आपलं मन मोकळं करतात आणि झोकांड्या खात का होईना, स्वतःच्या घरी परततात.

मटक्याचे अड्डे का चालतात? बेकारीनं, महागाईत वैतागलेल्या मंडळींना वाटतं—आज तरी आपला आकडा लागेल! शेवटी माणूस आशेवरच जगतो की नाही? शेवटी लॉटरी तरी काय असते हो? अर्थतज्ज्ञ डॉ. वि. म. दांडेकर? लॉटरीला 'ललाटरी' म्हणत.

मुद्दा काय—थोडे अड्डे, थोडे गुत्ते असणारच; पण अण्णा हजारेंच्या ध्यानात आलं... अरेच्या, राज्यात अड्डे-गुत्ते चांगलेच वाढलेत. खरं म्हणजे अण्णांनी अड्डे, गुत्ते कशाला बघायचे? या वयात देवळंबिवळं पाहायची. पण अण्णाच ते; त्यांनी राज्य शासनाची चांगलीच 'तासली'!

बारबालांना मुंबईतून हुसकावून आपण राज्यात कसं चांगलं वातावरण निर्माण केलं, या कल्पनेत रममाण असलेल्या आबा पाटलांना अण्णांचं हे बोलणं भलतंच झोंबलं. त्यांनी तातडीनं (आता राजकारणात कधी तातडीनं काही करायचं असतं का? असो.) इशाराच दिला—'राज्यातील गुत्ते आणि अड्डे कमी झाल्याचे मला आढळले नाही, तर मी सर्व पोलीस अधिकाऱ्यांवर कडक कारवाई करीन!' यात किती गोच्या आहेत पाहा—नेमके किती अड्डे आणि किती गुत्ते आहेत, हे आधी मोजायला नको का? आणि दुसरा मुद्दा—राज्याची लोकसंख्या ध्यानात घेता, महाराष्ट्रात किती अड्डे आणि किती गुत्ते असले तर चालतील आणि पोलिसांना पुरेसे हप्ते मिळतील, हे एकदा अण्णा हजारेंनी आणि आबा पाटलांनी एकत्र बसून ठरवायला नको का? पण ते होणार नाही.... कारण अण्णांचे अड्डे वेगळे आणि आबांचे अड्डे वेगळे—म्हणजे समाज सेवेचे म्हणतोय मी!

-o-o-o-

शिका भारतीयांकडून!

सिंगापूरच्या पर्यटनमंत्र्याचं धाबंच दणाणलं. मलेशियाच्याही पर्यटन विभागाच्या पायाखालची वाळू सरकली. साहजिकच आहे. भारतातली भटकी मंडळी अमेरिका, युरोपची ट्रीप नाही परवडली, तर निदान सिंगापूरला ट्रीप मारून येतात. जमलं तर जाता-जाता किंवा येता-येता जिवाचा मलेशिया करून येतात.

पण एकाएकी गडबड झाली. अख्ख्या होल इंडियातून पर्यटक मंडळी सिंगापूर/मलेशियाला फिरकेनाशी झाली. बरं, असंही नव्हतं की, सिंगापूरला डेंगीची साथ होती किंवा मलेशियात मलेरिया फैलावला होता. मात्र, भारतातील वर्तमानपत्रांत कुणा श्यामल मनोहर या 'सिंगापूर-मलेशिया रिटन्ड' महिलेनं खणखणीत इशाराच दिला होता. 'सिंगापूर-मलेशियाला चाललात?' या प्रश्नानंतर धोक्याच्या लाल रंगात मोठ्या टाइपात म्हटलं होतं- 'जाऊ नका.'

असा इशारा मिळाल्यावर पदरमोड— त्यातही डॉलरमोड— करून कोण जाणार हो असल्या देशात?

पण बाईंना असा काय भयंकर अनुभव आला... काय तक्रारी आहेत त्यांच्या... आम्हाला कृपया कळू तरी द्या— अशी सिंगापूर-मलेशियातर्फे कळकळीची विनंती करण्यात आली.

अखेर मानवतेच्या भूमिकेतून त्या देशांच्या पर्यटन विभागांना कळवण्यात आलं की, तुमच्या देशातील नाना गोष्टींबद्दल आम्हा भारतीय पर्यटकांच्या नाना तक्रारी आहेत. त्यातील काही मुख्य तक्रारींचा पाढा वाचत आहोत.

१.	तुमचे एअरपोर्ट चक्क चकचकीत, लखलखीत असतात. बसेस प्रशस्त असतात. तुमचे गाईड्स चक्क न सांगता सामान गाडीत रचायला मदत करतात. ड्रायव्हर बिलकुल न शोभणाऱ्या नम्रतेने वागतात.

२.	गाडीचा ए. सी. चक्क चालू असतो. गाईडला सिंगापूरची

सविस्तर माहिती असते व ती तो कळेल अशी व्यवस्थित सांगत असतो. प्रसंगाचं गांभीर्य न जाणून घेता, तो गमतीजमती करतो. अतिशय उथळपणा करतो. गाणी काय म्हणतो... पर्यटकांना काय शिकवतो!

३. तुमचे रस्ते स्वच्छ असतात. हातातला कचरा रस्त्यावर टाकणारे व थुंकणारे दिसत नाहीत. त्यामुळे भारतीय पर्यटकांची पंचाईत होते. प्रेक्षणीय स्थळंही स्वच्छ असतात. खडूनं नावं लिहिलेली नसतात.

४. दुकानदार, त्यांचे नोकरचाकर अतिसौम्य, सौजन्यपूर्ण वागतात. त्यामुळे भारतीयांना गांगरल्यासारखे होते.

५. तुमची हॉटेल्स पॉश असतात. रूम्स त्याहून पॉश. भरीस भर म्हणजे, नोकरचाकर प्रेमळ असतात. सेवेला तत्पर. भारतीयांना ही सवय नसल्याने गुदमरल्यासारखे होते. 'सर्व्हिस नको, पण वेटर आवर' अशी अवस्था होते.

६. मलेशियाचे रिक्षावाले तर चक्क प्रेमळ आणि गाणी म्हणणारे असतात. या साऱ्या अनपेक्षित प्रकारांनी भारतीय पर्यटकांना चुकल्या-चुकल्यासारखे होते. मायभूमीतील खड्डेयुक्त रस्ते, धूळ, कचरा, प्रदूषण, ट्रॅफिकचा गोंगाट, सार्वत्रिक उद्धटपणा या साऱ्यांची आठवण येऊन त्यांचा ऊर भरून येतो. कधी एकदा भारतात परततो, असे होते. 'गडे किंवा गड्या, आपुला गाव बरा' असेच वाटू लागते. इतक्या गंभीर तक्रारी कळल्या, तसं सिंगापूर-मलेशियानं भारतात एक खास शिष्टमंडळ पाठवलं आहे; ज्यांना भारतीय संस्कृतीचा परिचय करून देण्यात येईल. रस्त्यावर थुंकण्याचे, उर्मट वागण्याचे, अंगावर वसकन ओरडण्याचे प्रशिक्षण दिलं जाणार आहे. लोक उगाच नाही म्हणत, इतर देशांना भारतीयांकडून खूप घेण्यासारखं आहे. घ्या लेको आता!

- ० - ० - ० -

उरलो उपदेशापुरता!

'तुका म्हणे आता, उरलो उपकारापुरता!'

या धर्तीवर, पु. ल. देशपांडे यांचं लेखन जवळजवळ थांबलं होतं आणि ते मुख्यत: अन्य नवोदित लेखकांच्या पुस्तकांना प्रस्तावना लिहीत होत— तेव्हा त्यांनी म्हटलं होतं, 'तुका म्हणे आता, उरलो प्रस्तावनेपुरता!' त्याच धर्तीवर आपले मनोहरपंत जोशी म्हणताहेत, 'आता उरलो उपदेशापुरता!''

जोशीसरांनी 'कोहिनूर क्लासेस'चं जाळं विणत नंतर शिवसेनेत प्रवेश केला. पाहता-पाहता ते महाराष्ट्राचे मुख्यमंत्री झाले... आणि नंतर दिल्ली गाठून चक्क लोकसभेचे सभापती झाले. त्यामुळे यापुढे त्यांना काही पदे मिळण्याची शक्यता दिसत नाही. पंतप्रधान किंवा राष्ट्रपतिपदासाठी एक वेळ सुशीलकुमार शिंदेंचं नाव अचानक पुढे येऊ शकत; पण जोशींचं नाही. मनोहर जोशी हे आता जुने व जाणते झाल्याने— बाळासाहेब व उद्धव ठाकरे यांच्या या बाजूला किंवा त्या बाजूला—जागा मिळेल तसेच बसणे, अंतर्गत वाद झाले तर ते मिटवण्याचा प्रयत्न करणे व आपल्या अनुभवाचा फायदा नव्या पिढीला देणे, हीच आता त्यांची कामं राहिली आहेत. हाडाचे मास्तर असल्याने ते शिकवण्यात पटाईत आहेतच. नुकताच 'माईस एमआयटी स्कूल ऑफ गव्हर्नमेंट'च्या विद्यार्थ्यांना यशस्वी नेता होण्यासाठी कोणती पात्रता, कौशल्ये असावीत याचे धडे 'जोशी' सरांनी नुकतेच दिले. विद्यार्थी जरा अचंबित झाले, कारण राजकारणात यशस्वी होण्यासाठी आत्मविश्वास, एकाग्रता, निर्णयक्षमता, दूरदृष्टी, प्रशासनकौशल्य, वक्तृत्व... अशा डझनभर गुणांची यादीच त्यांनी दिली. एवढे सगळे गुण लागत असतील, तर आपण नेता कसे होणार—अशीच शंका विद्यार्थ्यांच्या मनात आली असणार. पण त्यानंतर जोशी-सरांनी एकदम थेट शब्दांत पोरांना बजावलं, ''राजकीय नेत्यांपुढे जनता कितीही चांगली वागली, तरी त्यांच्या मागे त्यांची

टिंगलटवाळीच करत असते. आदरसुद्धा करीत नाही.'' नेता होऊनसुद्धा जनता आदर करणार नसेल, तर कशाला राजकारणात जायचे, असा प्रश्न पोरांना पडला. तसं जोशीसरांनी स्पष्ट केलं, ''राजकारणात यायचं असेल, तर मूल्यांवर निष्ठा ठेवा... आपलं चारित्र्य स्वच्छ ठेवा... लोकांच्या मनातली आपली प्रतिमा चांगली कशी राहील, हे पाहा. व्यवसायामुळे पैसा मिळतो तर राजकारणात लोकांची सेवा करण्याची संधी मिळते. राजकीय व्यक्ती चोवीस तास समाजसेवक असते, हे पक्कं लक्षात ठेवा!''

मुलं एकदम गांगरलीच. एक तर व्यवसायात मिळतो तसा राजकारणातही पैसा मिळवता येतो, ही त्यांची कल्पना होती. त्याचप्रमाणे ज्यांना सत्ता हवी असते, ते राजकारणात येतात; ज्यांना सेवा करायची ते... बाबा आढाव, मेधा पाटकर, अण्णा हजारे यांच्याप्रमाणे समाजकार्यात पडतात... असंच तर दिसत असतं. हे काय जोशीसरांना माहिती नाही? सर, चोवीस तास ज्यांना समाजसेवा करायचीय त्यांनी राजकारणात यावं, असं तुम्ही म्हणत असाल तर— राजकारणात आल्याशिवाय कुणालाही समाजाची 'सेवा' करता येणार नाही, असा कायदा करावा लागेल! आणि हो—राजकारणात येण्यासाठी 'कॅरेक्टर सर्टिफिकेट'ही सक्तीचं करावं लागेल! तर ते देणार कोण?

- ० - ० - ० -

सुंदर मी होणार

आपण सुंदर दिसावं, असं कुणाला वाटत नाही? तसं प्रत्येकाला वाटतं— निदान 'प्रत्येकी'ला वाटतं, असं तुम्हाला वाटत असेल तर ते चुकीचं आहे! जगातच काय, आपल्या देशात... आपल्या महाराष्ट्रातही अशा काही स्त्रिया आहेत, ज्यांना कुणी 'सुंदर' म्हटलं की चक्क सात्त्विक संताप येतो— विशेषत: पुरुषांनी म्हटलं तर! त्या (खळी पडत असेल तर) खळी पाडून गोडसं मुळीच हसत नाहीत; उलट डाफरतात, ''शटअप!'' हा तुमच्यातला पुरुष बोलतोय. तुम्ही माझ्याकडे एक स्त्री म्हणून पाहताय....''

पुरुष बिचारा गांगरतो. आपलं काय चुकलं, त्याला कळतच नाही. तो म्हणतो, ''पण म... मी पुरुष आहे आणि तुम्ही स्त्री आहातच ना?''

''ते नंतर!'' ती स्त्री उद्गारते. ''प्रथम मी माणूस आहे. माझ्याकडे स्त्री म्हणून पाहणं बंद करा. मी स्त्री नाही, मी बाई नाही, मी मादी नाही... मी माणूस आहे!''

''बरं बुवा... तुम्ही सुंदर माणूस आहात!''

''पुन्हा सुंदर? तुम्ही माझं बाह्य सौंदर्य पाहताय! माझे नाक, डोळे, ओठ हे काय मी निर्माण केलेत? आई-बाप गोरे होते, म्हणून मी गोरी झाले. त्यात कौतुक करण्यासारखं काय आहे? माझ्या शरीराची वळणं बघून काय हुरळताय? कधी तरी माझं आंतरिक सौंदर्य पाहा...!''

त्या पुरुषाला काय कल्पना; तो एका तरुण, तडफदार, स्त्री-मुक्ती चळवळीतल्या तरुणीशी बोलतोय. मला नक्की कल्पना नाही; पण मी असं ऐकलंय की, स्त्री-मुक्तीच्या काही संघटनांमध्ये सुंदर स्त्रियांना सहसा प्रवेश देत नाहीत. दिला तरी एका अटीवर देतात म्हणे! 'सुंदर असलं तरी दिसायचं नाही. जास्तीत जास्त अजागळ राहायचं... गालाला खळी पडत असेल, तर हसायचंही

नाही...'' वगैरे.

होय, ही मी जरा अतिशयोक्ती करतोय, हे खरं आहे; पण 'सौंदर्य हे स्त्रीचं सामर्थ्य असतं आणि सामर्थ्य हे पुरुषाचं सौंदर्य असतं' या विधानाला स्त्री-मुक्तीवाल्या स्त्रियांची जोरदार हरकत असते, हे निश्चित.

हे खरंय की, नुसतंच सुंदर दिसण्यावर स्त्रीचंच काय पुरुषाचंही मोजमाप करू नये; पण सुंदर दिसणं, नेटकं राहणं, हा गुन्हा कसा काय? आणि आता तर सगळंच चित्र पालटतंय. त्यामुळे स्त्री-मुक्तीवाल्या बायांची आणि सौंदर्य स्पर्धा भरवणाऱ्या बाप्यांची—दोघांची पंचाईत होणार आहे.

कारण आता जमाना येतो आहे कॉस्मेटिक सर्जरीचा!

'सौंदर्य हे निसर्गदत्त असतं; त्याचं काय कौतुक करायचं?' असं आता म्हणता येणार नाही. शिल्पा शेट्टीचं नाक हे कॉस्मेटिक सर्जरीनं साकारलेलं असल्यामुळेच ती नाकानं कांदे सोलत असते. हेमामालिनीला जगानं स्वप्नसुंदरी मानलं खरं... पण तिला स्वतःचं नाक जऽरा मोठं आहे, असं वाटतंय. तसंच नाक ईशाचं असतं, तर हेमानं तिचंही नाक 'कॉस्मेटिक' करून घेतलं असतंच.

आता सगळं शक्य आहे. 'सौंदर्य हा माझा जन्मसिद्ध हक्क नसला, तरी कॉस्मेटिक सर्जरीनं मी ते मिळवू शकते', असं तरुणी म्हणू लागल्या आहेत आणि तिकडे वळू लागल्या आहेत. त्यामुळे स्त्री-मुक्ती चळवळीतल्या बायांना प्रश्न पडला आहे. चळवळीतल्या स्त्रियांनी सुंदर दिसलं तर चालेल का हो? आणि सौंदर्य स्पर्धांच्या संयोजकांपुढेही बिकट समस्या आहे. कॉस्मेटिक सर्जरीनं सगळ्याच स्त्रिया सुंदर दिसू लागल्या, तर त्यांनाही कॉस्मेटिक सौंदर्य स्पर्धा भरवाव्या लागतील आणि सुंदर स्त्रियांच्या माथी नव्हे, तर त्यांना सुंदर बनवणाऱ्या प्लॅस्टिक सर्जनांच्या माथी 'मुकुट' चढवावे लागतील!

- ०-०-०-

डॉ. मनमोहनजी, तुम्हीसुद्धा?

'दोन बायका आणि फजिती ऐका' म्हणतात. एका बायकोला तोंड देता-देता बिचाऱ्या नवऱ्याच्या नाकीनऊ येतात. दोन बायका म्हणजे नऊ दुणे अठरा, म्हणजे नाकी अठराच येणार!

पण नवऱ्याला एकुलती एक बायको असणं वेगळं आणि अख्ख्या होल देशात एकच पार्टी असणं वेगळं! 'एक दांपत्य-एक अपत्य' ठीक आहे; पण 'एक भारत आणि एकच काँग्रेस'?

आपला भारत देश किती तरी आघाड्यांवर 'महान' आहे. शंभर कोटींच्यावर आपली लोकसंख्या गेलीय. अठरापगड जाती, धर्म, वंशांची व्हरायटी ही तर आपली स्पेशालिटी आणि तरीही देशात एकच पार्टी?

आणि हे कुणी म्हणावं— खुद्द डॉ. मनमोहनसिंग यांनी? बिचारे मितभाषी असले म्हणून काय झालं? त्या अणुकरारावर फेट्यानं सुरक्षित ठेवलेलं मनमोहन-सिंगांचं डोकंसुद्धा इतकं खाल्लं की, बिचारे वैतागले आणि जणू वैतागून उद्गारले, बंद करा हा सतराशेसाठ पाट्यांचा तमाशा; त्यापेक्षा एकपक्षीय व्यवस्था सुरू करा!

ज्या परिषदेत मनमोहनजींनी ही घोषणा केली, तिला उपस्थित असलेल्या सव्वीस देशांचे सगळे प्रतिनिधी खुर्चीत उडालेच! अहो, सबंध जगात सगळ्यात मोठी लोकशाही म्हणून भारताचा केवढा बोलबाला आणि राज्यपातळीवरच काय, गल्लीबोळातही क्षुद्रपक्षांचा केवढा गलबला, हल्लागुल्ला आणि कधी कधी तर कल्लाच कल्ला!

अहो, एक काळ तर असा होता की, पुण्याच्या सदाशिव पेठेत चक्क दहा फुटांच्या अंतरावर अखिल भारतीय पक्षांचे दोन अध्यक्ष गुण्यागोविंदाने तात्त्विक भांडत होते— नानासाहेब गोरे आणि एसेम जोशी. भारतातल्या समाजवादी पक्षाचे तर इतके तुकडे झालेयत की, त्यासाठी त्या पक्षाचं नाव गिनीज बुकातच

जायला हवं आता त्यांच्याशी स्पर्धेत आहे तो रिपब्लिकन पक्ष. ज्याला वाटतं, आपण अध्यक्ष व्हावं; तो आपला वेगळा गट काढतो. खोब्रागडे गट, ओडांगडे गट! जेवढे गट, तेवढे अध्यक्ष!

एकच पक्ष म्हणजे, विरोधी पक्षच नाही? मग मोर्चे कुणी काढायचे? सभागृहामध्ये धिंगाणाही घालायचा नाही? हमरीतुमरी नाही, शर्ट फाडाफाडी नाही? ही काय लोकशाही झाली? अहो, भले-भले म्हणतात की, मतभेद हेच लोकशाहीच्या जिवंतपणाचं लक्षण असतं. जेवढे जास्त मतभेद, तेवढी जास्त जवान लोकशाही. तेवढ्या जास्त पार्ट्या. मनमोहनजी, ही सगळी मजा घालवायचीय का?

पक्ष नाहीत, म्हणजे पक्षांतर नाही. मग एकमेकांचे आमदार पळवणं नाही. पळवू नयेत म्हणून त्यांना पंचतारांकित हॉटेलात कोंडून ठेवणं नाही. घोडेबाजार नाही... गाढवबाजार नाही... कसलं, बाजारच नाही. हे म्हणजे बाजारात एकच भाजी विकत मिळेल, असं झालं! खुद्द बापाचा का पक्ष असेना; तो फोडण्यात काय नाट्य असतं, ते देवेगौडांच्या कुमारस्वामींना विचारा!

अपनी अपनी गली में कुत्ते भी शेर होते है। भारतातल्या लक्षावधी गल्ल्यांत छोट्या-छोट्या पार्ट्यांचे 'शेर' आहेत, त्यांनी करायचं काय? 'भोकरवाडीचे शिल्पकार' म्हणून वाढदिवसाला त्यांचे पन्नास फुटी कटआऊट्स लागायचे कसे?

एकच पक्ष, म्हणजे निवडणुका नाहीत. म्हणजे, मतदारांना काही 'भाव'च नाही? असं कसं चालेल मनमोहनसिंगजी? 'भाव तेथे देव' असं म्हणतात हो. जितके जास्त पक्ष, तितका कार्यकर्त्यांनाही अधिक भाव... आणि मतदारांनाही भाव! म्हणूनच म्हणावंसं वाटतं, ब्रूटस् दाऊ टू... मनमोहनजी, तुम्हीसुद्धा? मनमोहनजी, मी कुठल्याच पक्षाचा नाही; पण तुम्ही 'एक देश-एक पक्ष' म्हणत असाल, तर बिनधास्त बोलतो—मी तुमच्या विरोधी पक्षाचा आहे! माझा नारा आहे—जनहो, पक्ष वाढवा. भारतीय लोकशाहीचा ध्वज खच्चून उंच चढवा!

-o-o-o-

आत्म्याचा आवाज

काय गंमत आहे पाहा. पूर्वी मी नाटकं-चित्रपट लिहायचो, तेव्हा माझ्या स्वप्नात 'हिरोईनी' यायच्या. कधी हेमामालिनी, कधी झीनत; रेखा तर बऱ्याच वेळा यायची. पण आता मी वृत्तपत्रातून स्तंभलेखन करतोय, तर स्वप्नातून हिरोईनी गायब झाल्या. आता स्वप्नात चक्क राजकीय पुढारी हजेरी लावू लागलेत. अलीकडेच शरद पवार येऊन गेले. पण पवारसाहेबांचं मी समजू शकतो; शेवटी ते आपल्या महाराष्ट्राचे!

पण आईनं, 'तुझ्याकडे कुणी दाढीवाला बाबा आलाय' म्हटल्यावर दचकलोच. धावत दाराशी गेलो. बघतो, तर खुद्द मनमोहनसिंग आणि आई म्हणतेय... असो. तिला नेहरू आणि इंदिरा गांधी एवढे दोनच पंतप्रधान माहिती आहेत. देशाचे पंतप्रधान स्वप्नात आले म्हटल्यावर... (हो, अलीकडे मला हे स्वप्न आहे, हे अगोदरच कळतं!) मी अत्यंत अदबीनं स्वागत केलं. बसण्यासाठी जरा बरीशी खुर्ची शोधू लागलो, तसे निळ्या पगडीतील मनमोहनजी म्हणाले, ''असू दे. मला खुर्चीचा फारसा मोह नाहीय. मी या स्टुलावर बसतो.''

''छे—छे, काही झालं तरी तुम्ही पंतप्रधान आहात. पंतप्रधान स्टुलावर बसून कसं चालेल? इकडे दिवाणावर तरी बसा...''

मनमोहनजी बोलून-चालून सौजन्यमूर्ती. बसले दिवाणवर. प्रचंड अस्वस्थ दिसत होते.

''सर... तब्येत बरी नाही का?''

''तब्येत ठणठणीत आहे...'' ते उद्गारले, ''पण मनानं खूप अस्वस्थ आहे मी...''

(मनमोहनजी मराठीत कसं बोलतील, हा प्रश्न पडू नये. स्वप्नच म्हटल्यावर भाषेबिषेचं बंधन नसतं.)

''तुमच्या मराठीत म्हणतात ना,'' ते म्हणाले, ''मोठेपणा

ही पोळावरची सुळी असते.''

''सुळावरची पोळी. तर—''

''हं, तेच ते. म्हणूनच मी सोनियाजींना म्हणत होतो—हवं तर मला राष्ट्रपती करा, पण पंतप्रधान तुम्हीच व्हा.''

''पण त्यांच्या अंतरात्म्याचा आवाज 'नको' म्हणाला. आता आत्म्याच्या आवाजापुढे कुणाचं काय चालणार?''

''खरंय. म्हणून तर मी तयार झालो!''

''मग तुम्ही अस्वस्थ का? तुमचा रिमोट कंट्रोल सोनियाजींच्या हातात आहे, अशी टीका होते म्हणून?''

''छे—छे, त्याचं काही वाटत नाही. कारण ते खरंच आहे. मी अप्सेट झालोय ते या डाव्या पक्षांमुळे! केवढ्या परिश्रमानं मी अमेरिकेशी अणुकरार केला. खरं तर केवढी ऐतिहासिक घटना आहे ही. तुम्हाला विकास हवा, तर अणुऊर्जा हवी. त्यासाठी अमेरिकेचं तांत्रिक सहकार्य हवं— ते मी मिळवलं, तेही अण्वस्त्र प्रसारबंदी करारावर सही न करता.''

''ही मात्र खरंच अवघड आणि ऐतिहासिक कामगिरी आहे तुमची.''

''पण तरीही डावे म्हणताहेत, करार रद्द करा! पंतप्रधानांनी सही केलेले करार असे मोडीत काढावे लागले, तर भारताच्या पंतप्रधानांची बाहेरच्या देशात काय किंमत राहील? पण करणार काय... आघाडी सरकार... बहुमत नाही... कारण दुभंगलेला जनादेश! मी एकटा तरी काय करणार... असं वाटतं, सरळ राजीनामा देऊन मोकळं व्हावं!''

''मग... देऊन का टाकत नाही?'' मी बिचकत विचारलं.

''तेच कारण!'' मनमोहनजी उत्तरले, ''माझ्या अंतरात्म्याचा आवाज म्हणतो— वेळ काढ, पळ काढू नको. राजीनामा देऊ नकोस!''

आता तुम्हीच सांगा— आत्म्याच्या आवाजापुढे कुणाचं काय चालणार?

-०-०-०-०-

अंगाचा अभिनय

ग्रेट! खरंच ग्रेट! दोन मराठी आडनावं (तरीसुद्धा थेट पुणेरी, सदाशिव पेठी म्हणता येतील अशी) चक्क भारतीय चित्रपटसृष्टीच्या इतिहासात चौदा कॅरेट सोन्याच्या अक्षरांनी लिहिली जाणार. पहिलं आडनाव दीक्षित, दुसरं आडनाव तर शंभर नंबरी 'सदाशिव पेठी कुलकर्णी.'

माधुच्या पुष्कळ असतात—अग्रवाल, खिंवसरा; पण माधुरी दीक्षित एकच असते. सोनाल्या चिक्कार असतात—खन्ना, बत्रा; पण सोनाली कुलकर्णी एकच असते.

पूर्वी जेव्हा हिंदी चित्रपटातल्या नायिका वस्त्रं घालीत असत— म्हणजे पुरेशी वस्त्र घालीत असत—तेव्हा काही मराठी नायिका हिंदीत झळकत होत्या. उदा-उषा- किरण, दुर्गा खोटे वगैरे. पुढे निर्मात्याचा आपल्या ड्रेपरीवरचा खर्च वाचावा, म्हणून हिंदी (पंजाबी वगैरे) नट्या कमी वस्त्रं वापरू लागल्या. तेव्हा मराठी नायिका जरा मागे पडल्या. अंगप्रदर्शन मराठी संस्कृतीत कसं बसणार? पण इतर हिंदी हिरोइनी म्हणत—''अंगप्रदर्शन करायला तशी 'फिगर' लागते आणि 'जिगर'ही.'' तेही खरंच म्हणा. 'विच्छा माझी पुरी करा'मध्ये 'कटी' आणि 'कंबर' यातला नेमका फरक स्पष्ट करताना दादा कोंडके म्हणत, 'हेलनची ती कटी आणि जयश्री गडकरची ती कंबाऽर!'

नंतर-नंतर काही मराठी नायिकांनी फिगर आणि जिगर दाखवायला सुरुवात केली. पण शेवटी अंगप्रदर्शनाबरोबर अभिनयाचं 'अंग'ही लागतंच. म्हणूनच दीक्षितांची माधुरी नंबर वन ठरली. माधुरी तरी चलाख! भूमिका सोज्वळ करायच्या... पण 'डान्स' मात्र खतरनाक करायचे. सैंय्या बैंय्या छोडना... कच्ची कलिया तोडनामध्ये अशा काही मादक आणि बाधक अदा करायच्या की, पब्लिकचा पैसा वसूल. पुन्हा माधुरीचं स्टँडर्ड उत्तर—''चित्रपटात, कथेत

अशा डान्सची 'मागणी' आहे की नाही, हे दिग्दर्शकानं ठरवायचं असतं!'' माधुरीला कसं नाचवायचं आणि 'दाखवायचं' ते दिग्दर्शक ठरवू लागले.

माधुरी, 'मागणी तसा पुरवठा' करू लागली. माधुरीकडे गोडवाही होता आणि मादक डान्सिकल अदाही होत्या. म्हणून तर ऐंशीतला मकबूल हुसेन तिच्यावर फिदा झाला आणि घोड्यांची चित्रं रंगवायची थांबवून त्यानं माधुरीच्या चित्रांचं प्रदर्शनच भरवलं. डान्सिकल अंगप्रदर्शन ही माधुरीची खासियत ठरली, म्हणून सुवर्णाक्षरांत पहिलं आडनाव दीक्षित! आता कुलकर्ण्यांची सोनाली. सोनालीकडे 'अभिनयाचं अंग' आहे, याबद्दल कम्युनिस्ट आणि विश्व हिंदू परिषद यांचंही एकमत होईल. मराठीतच काय, तिनं तमिळ, तुळू, हिब्रू... अशा कुठल्या कुठल्या भाषांमधल्या चित्रपटांत ते भरपूर दाखवलेले आह—अभिनयाचं अंग! पुरस्कारही काखोटीला मारलेयत.

सोनाली आता हिंदी इंडस्ट्रीत बागडू लागली आहे. सोनाली सुंदर नाही, असं अधूदृष्टीचा पुरुषही म्हणणार नाही; पण सौंदर्यातही टाइप्स असतात. झीनत अमान, परवीन बाबी यांचं सौंदर्य मादक होतं. सोनाली अजूनही मोदक खाणारीच दिसते. तिच्या चेहऱ्याला ग्लॅमर नाही. नुसत्या मेकअप आणि गेटअपनं ते येत नसतं. मॉड केशरचना करता येते, पण ती शोभेल असा चेहरा पाहिजे; नाही तर हॅटऐवजी टोपली डोक्यावर ठेवल्यासारखं वाटतं. त्यातून सोनालीकडे डान्सच्या नावानं तर आनंदी आनंद आहे. ये नाच नहीं आसान!

पण काही करून हिंदीत स्थान मिळवायचं, या जिद्दीनं असेल— 'स्ट्रेंजर्स' या चित्रपटात सोनाली अंगप्रदर्शन करणार, अशी बातमी आली आणि आम्ही उडालोच. बाथटबमध्ये बसून सोनाली सेमीन्यूड सीन देणार आहे; पण नाही. ते अंगप्रदर्शन नाही! सोनाली म्हणते, हे दृश्य अश्लील नसून भावनाप्रधान आहे. म्हणजे सोनाली अभिनयाचं अंग आणि अंगाचा अभिनय. दोन्ही दाखवणार आहे. सोनालीचा आदर्श घेऊन सगळ्या हिरॉईन्स असा 'अंगाचा भावपूर्ण अभिनय' दाखवू लागल्या तर रसिक पुरुष प्रेक्षकांना 'टु इन वन' नजराणा मिळेल! हा 'ट्रेंड' सुरू करणाऱ्या कुलकर्ण्यांच्या सोनालीचं नावही सुवर्णाक्षरात कोरायला नको का? बकअप् सोनाली!

–०–०–०–०–

राहुल आला रे...

राहुल गांधी म्हणजे राजपुत्र, हे आता सगळेच मान्य करतात. विरोधी पक्ष चेष्टेनं म्हणतात एवढंच, या राजपुत्राच्या 'पक्षाभिषेका'चा सोहळा... काय चेष्टा आहे का हो? मोतीलाल नेहरू ते राहुल गांधी अशी नेहरू-गांधी परिवाराची पाचवी पिढी 'राज्य' करतेय, अशी खुशमस्करी—माफ कर, स्वामिनिष्ठा—प्रणव मुखर्जींनी दाखवली. 'सचिन आला रे...' या जाहिराती स्टाईलने ते बोलले, ''राहुल आला रे!''

मग सोनिया कृपेकरून पंतप्रधान झालेले व अद्यापि टिकून राहिलेले (मितभाषी) मनमोहनजी बरे गप्प बसतील? ३७ वर्षांचा हा युवा नेता (तरी किती गोंडस दिसतो—गालाला खळी किती गोड पडते!) काँग्रेस पक्षाला नव्या शिखरावर नेईल, असं त्यांनी जाहीर केलं. शिवाय तोच देशाला नवी दिशा देऊ शकेल, असंही सांगून टाकलं.

बरं, त्यातून राहुलच्या अपहरणाच्या कटाची ताजी ताजी बातमी... मग काय विचारता! अधिवेशनातल्या सगळ्यांचे डोळे (प्रत्येकी दोन डोळे, काहींचे त्यावरचे चष्मे) फक्त राहुलच्या भाषणाकडे—प्रत्येकी दोन कानांसह लागून राहिलेले.

दुपारी दोन वाजता राहुल यांचे भाषण होईल, अशी घोषणा झाली होती... पण वेळ टळली, तसे कार्यकर्ते अस्वस्थ झाले. राहुलसाठी घोषणाबाजी सुरू झाली. शेवटी हेडमास्तरीण सोनियाजींनी फटकारले, तेव्हा जरा लोक गप्प झाले आणि अखेर... राहुल आला रे!

राजबिंड्या पण साध्यासुध्या खादीधारी राजपुत्र राहुलचं आगमन झालं आणि तालकटोरा स्टेडियम टाळ्यांच्या कडकडाटानं एवढं निनादलं की, गोळीबार झाल्यावर एकदम भुर्रकन् उडतात, तशी स्टेडियमच्या छतावरची सर्व कबुतरं भुर्रकन् आकाशात उडाली...!

राहुल ३७ वर्षांचे असल्याने १७ ते ३७ या वयोगटातील तरुण हेच राहुलच्या भाषणाचे केंद्रबिंदू होते; पण निवडणुकीत तरुणांपेक्षा 'आम आदमी' जास्त मतदान करतात याची आता माहिती झाल्यामुळे राहुल यांनी दोन्ही दगडांवर पाय ठेवत म्हटलं, ''तरुण पिढी आणि आम आदमी हीच देशाची खरी संपत्ती आहे.'' साहजिकच कार्यकत्यांच्या मनात प्रश्न आला— ही एवढी संपत्ती देशात ऑलरेडी असताना (च्या मारी) आपला देश गरीब कसा?

त्यावर राहुलजींनी तयार केलेलं उत्तर दिलं. कोट्यवधी लोकांना परिश्रमानंतरही संधी मिळत नाही; ही संधी उपलब्ध करून देण्याचे मोठे आव्हान देशातल्या तरुण पिढीवर आहे. तरुणाई! तरुण पिढी! देशाला तारून नेईल, ती तरुण पिढी! काँग्रेसचा झेंडा आता तरुणांच्या हातात जाणार, या कल्पनेनं बडी आणि जुनी धेंडं चपापलीच. त्यात राहुलनं स्पष्ट केलं, यापुढे वयाला आणि निष्ठेला नव्हे; तर गुणवत्ता आणि कार्यक्षमतेलाच काँग्रेसमध्ये स्थान असेल!

फक्त गुणवत्ता आणि कार्यक्षमता? म्हणजे आपलं स्थान नक्कीच डळमळीत होणार, या विचारानं अर्जुनसिंह अस्वस्थ झाले आणि त्यांनी न राहवून उत्तर प्रदेशात राहुल गांधींनी प्रयत्न करूनही अपयश मिळाल्याची आठवण करून दिली! जणू आव्हानच टाकलं— अरे राजबिंड्या राजपुत्रा, उत्तर प्रदेशातल्या निवडणुकांच्या वेळी तूच होतास ना? तेव्हा कुठं गेली होती तुझी गुणवत्ता आणि कार्यक्षमता? झालं! भाषणात मोजून अठरा वेळा टाळ्या मिळवणाऱ्या राहुलचं भाषण संपलं. तेव्हा टाळ्यांचा असा कडकडाट झाला की, एकसुद्धा कबुतर उडालं नाही!

-०-०-०-०-

हपापाचा माल गपापा!

काही काही बाबतींत किती ढोबळ कल्पना असतात आपल्या. आता हेच पाहा ना— पोलीस लाच घेतात, एवढंच मला माहिती होतं. पण एका हवालदाराने एका पैशाची लाच न घेता अवघ्या दोन-तीन वर्षांमध्ये चक्क बारा लाख रुपये कमावले, हे वाचून मी सर्दच झालो. अगदी 'एक्झॅक्ट' सांगायचं, तर साडेबारा लाख!

म्हणजे पब्लिककडून लाच घेणे, हाच काही पोलीस खात्यात भ्रष्टाचाराचा एकमेव मार्ग नसतो. किंबहुना, या चलाख हवालदाराचा पब्लिकशी काही संबंधच यायचा नाही. कारण लोणी-काळभोर पोलीस ठाण्यात हा हवालदार 'कारकून' होता. (पोलिसांतही काही कारकून असतात, हेही मला माहिती नव्हतं.) पोलीस ठाण्यात कारकून करतो काय? तर, पोलिसांनी विविध गुन्ह्यांमध्ये जप्त केलेला ऐवज, रोख रकमा जमा करणे आणि योग्य वेळी न्यायालयात जमा करणे, ही या हवालदार कारकुनाची कामे असतात. तो ती अतिशय इमाने-इतबारे करायचा. पण पोलीस खात्याचा एक 'गुण'च असतो म्हणा ना— हळूहळू वाण नाही, पण 'गुण' लागतोच! जे 'खाते',तेच तर पोलीस खाते!

या गुणी, कर्तव्यदक्ष हवालदाराचं नाव विठ्ठल बुर्डे. त्यामुळे त्या ठाण्यातले सगळेच सतत 'विठ्ठल-विठ्ठल' करीत असत. या बुर्डेच्या विठ्ठलाच्या मनात आलं— बाकीच्या हवालदारांना जोड उत्पन्नाची विविध साधने, मार्ग उपलब्ध असतात; आपण मात्र आयुष्यभर खाकी कपड्यातली खर्डेघाशी करीत राहणार. 'वेडा आहेस का?' त्याचं दुसरं 'चलाख' मन म्हणालं, 'बावळ्या, अरे, मनात आणलंस तर तू वर्षातच काय, काही महिन्यांत लखपती होऊ शकतोस! अरे, सगळा 'मुद्देमाल' तर तुझ्याच हातात असतो. शिवाय छनछन... रोकडा रुपय्या! आणि माया... दुनियामें सबसे बडा रुपय्या!'

हे खरंच होतं की, ठाण्यात जप्त होऊन पडलेला माल चोरीचा होता. सगळा कसा मुद्देमाल! टीव्ही म्हणा, कॅसेट प्लेअर म्हणा...आता तो कधी मूळ मालकापर्यंत पोहाचणार? आपल्या देशात खटले वर्षानुवर्षे चालत असतात. तोपर्यंत एवढा महागामोलाचा आणि उपयुक्त माल ठाण्यात धूळ खात पडणार. कितीही भारी टीव्ही असू दे; त्यावर जर कुणी भारत-पाकिस्तान वन डे मॅच बघणार नसेल, तर उपयोग काय त्या 'नंबर वन' कंपनीच्या टीव्हीचा? याच वस्तू कुणा गरजू स्त्रीच्या घरात गेल्या, तर घर तरी सजेल तिचं. तीच गोष्ट रोख रकमेची. अहो, पैसा म्हणजे चलन. तो चलनात नसेल, तर किंमत काय त्याची... नुसते छापील कागद. बुडेनं ठरवलं, या सर्व गृहोपयोगी वस्तू... हे चलन एखाद्या... एखाद्या नव्हे त्या 'ति'लाच द्यायच्या. तीसुद्धा पोलीसच होती. बुडेंचं तिच्यावर प्रेम असणारच. बहीण मानत असला तरी बंधुप्रेम असणार. पण ती म्हणाली, नुसत्या गृहोपयोगी वस्तू घेऊन मी काय करू? त्याला साजेलसं घर नको का? बुडेला ते पटलं. जप्त केलेला माल गुप्त होऊ लागला. एकदा हात बसला तसा बुडेनं साडेबारा लाख रुपयांचा माल लंपास केला. त्या प्रिय महिला पोलिसाला फ्लॅट, गृहोपयोगी वस्तू व एक वाहन खरेदी करून दिलं आणि... आणि तो फरार झाला! आता मात्र सापडलाय बिचारा.

पण म्हणतात ना, प्रेमात सगळं माफ असतं! 'सगळं' म्हटल्यावर त्यात जप्त माल गुप्त करणंही आलंच! पोलिसानं काय प्रेम करू नये काय?

- ०-०-०-०-

चित्राचे चुंबन

एका चुंबनाची किंमत किती? हा प्रश्न आचरटपणाचा वाटेल, हे खरंय. पण एखादं चुंबन फारच महागात पडू शकतं, हेही खरंय.

आपण चित्राच्या चुंबनाबद्दल बोलतोय. तर असं समजा, चित्रा नावाची कुणी अत्यंत मादक (ज्याला फिल्मी भाषेत हॉट म्हणतात) अशी नटी आहे. तिच्या दर्शनानंसुद्धा रसिक घायाळ होतात— म्हणजे पडद्यावरच्या. मग प्रत्यक्षात ती दिसली तर? असं समजा ना की, डिट्टो मेरिलिन मन्रोच! तर मुद्दा असा की, तिच्या एखाद्या अतिघायाळ चाहत्यानं भावनेच्या भरात समजा तिचं चुंबन घेतलं... तर? आहाहा... ओहोहो, ही त्याची अवस्था होईल. पण चित्राची अवस्था काय होईल? तिच्या ओठांची आग तिच्या मस्तकात जाईल. ती त्या चाहत्याच्या कानफटात लगावेल. पण प्रकरण एवढ्यावर न थांबता, तिनं जर त्या चाहत्यावर (अब्रू) नुकसानभरपाईचा अडीच लाख रुपयांचा दावा लावला, तर?

ही जर-तरची भाषा सोडाच; आपण खऱ्या, घडलेल्या घटनेबद्दल बोलतोय. एका चित्राचं चुंबन घेतलं गेलंय, पण चित्रा नावाच्या नटीचं नव्हे; तर चित्र प्रदर्शनातल्या चित्राचं, कॅनव्हासवरील पेंटिंगचं आणि तेही कुणा चाहत्या तरुणानं नव्हे, तर तरुणीनं घेतलं आणि त्याबद्दल त्या बिचारीवर जबरदस्त खटलाच भरला गेला.

एखाद्या चित्राचं चुंबन घेणं, हा काय गुन्हा झाला? त्याचं असं आहे— चुंबन तुम्ही कुठल्याही गोष्टीचं घेऊ शकता. जे विश्वकरंडक जिंकतात; ते खेळाडू त्या करंडकाचं, ट्रॉफीचं चुंबन मटामटा घेतात. कॉलेज तरुण-तरुणी आपल्या आवडत्या नट-नट्यांची चित्रं रूममध्ये लावतात. त्यांनी त्यांच्या रूममधल्या चित्राचं म्हणजे चित्रातल्या नट-नटींचं अगदी थेट चुंबन घेतलं, तर आपण

कोण हरकत घेणार? पण ती चित्रं ही खरी चित्रं नसतात हो; छापील पोस्टर्स असतात. शाहरुख खानच्या (विकत घेतलेल्या) पोस्टरवर एखाद्या तरुणीनं ओठ टेकवले आणि तिच्या लिपस्टिकचा रंग (खरं तर डाग) त्या पोस्टरवर उठला, म्हणजे काही तो तिच्या चारित्र्यावरचा डाग ठरत नाही.

पण फ्रान्समधल्या एका शहरात खऱ्याखुऱ्या अस्सल चित्रांचं प्रदर्शन भरलेलं होतं. रिंडी सॉम नावाची एक तरुणी ते प्रदर्शन बघत होती. प्रदर्शनातल्या सी टिंबोली या चित्रकारानं काढलेलं एक चित्र तिनं पाहिलं आणि ती खाड्दिशी मंत्रमुग्ध झाली. तिचे पाय तिथेच खिळून राहिले. तिथं पाटी होती— 'कृपया चित्रास हात लावू नये', पण 'चित्राचं चुंबन घेऊ नये' अशी पाटी नव्हती. भारावलेल्या रिंडीनं तिथेच त्या चित्राचं चुंबन घेतलं. तिच्या लिपस्टिकचा रंग कॅनव्हासवर उमटला आणि रिंडीचं ते चुंबन अजरामर झालं. पण ते चित्र खरेदी केलेले युक्हान लॉम्बर्ट प्रचंड संतापले. ते खरे शौकीन असते, तर तरुणीच्या लिपस्टिक चिन्हासह त्यांनी ते चित्र घरात लावलं असतं; पण त्यांनी रिंडीवर अडीच लाख डॉलरच्या नुकसानभरपाईसाठी खटलाच भरला. मात्र न्यायाधीश रसिक व समजूतदार होते. रिंडीने लॉम्बर्ट यांना १४६३ डॉलर, आर्ट गॅलरीला ७३१ डॉलर आणि प्रतीकात्मक शिक्षा म्हणून चित्रकार सी टिंबोलीला १.४७ डॉलर द्यावा, अशी शिक्षा त्यांनी सुनावली.

बघितलंत— एक चुंबन रिंडीला केवढ्यात पडलं? टिंबोलीला मात्र वाईट एवढंच वाटलं की, एवढं मौलिक चुंबन घ्यायचं होतं रिंडीला, तर तिनं चित्रकाराचं तरी घ्यायचं होतं!

-o-o-o-o-

रिकाम्या जागा धरा!

शीर्षक चुकलेलं नाही. 'रिकाम्या जागा भरा' नव्हे, 'रिकाम्या जागा धरा' असंच शीर्षक आहे. 'भ'चा 'ध' चुकून झालेला नाही. हा काही शाळेच्या पेपरातला प्रश्न नव्हे, हा आजच्या काळातला आधुनिक 'फंडा' आहे. रिकाम्या जागा धरा! धरा म्हणजे, त्या जागांवर ताबा करा... त्या बिनधास्त बळकावा!

तुम्ही-आम्ही मध्यमवर्गीय म्हणजे एक नंबरचे लेचेपेचे. 'पापभीरू' ना आपण! अहो, साधा बिझिनेसही करत नाही आपण. का, तर बिझिनेसमध्ये नाना कटकटी असतात, खोटं बोलावं लागतं, बिलं थकवावी लागतात; मुख्य म्हणजे बँकांपुढे हात पसरावे लागतात. त्यामुळे आपली नोकरी एके नोकरी! बायको करतेय कोंड्याचा मांडा... मग कसाबसा आपला साडेपाचशे स्क्वेअर फुटांचा फ्लॅट घेतला की, आपण धन्य होतो. फ्लॅटच्या दारावर आपली 'नेमप्लेट' लावताना आपला ऊर अभिमानानं भरून येतो.

पण काही बहाद्दर मंडळी भलतीच चलाख असतात. गेमा करणे, म्हणजेच काही शक्कल लढवणे आणि हपापाचा माल गपापा करण्यात ही मंडळी तरबेज असतात. त्यांची नजर चौफेर भिरभिरत असते. कुठे 'घुसायला' चान्स मिळतोय का, शोधत असते. 'भटाला दिली ओसरी-भट हातपाय पसरी' अशी म्हण आहे. यात 'भट' पाय पसरतो— पण केव्हा? त्याला आपण ओसरी देतो, तेव्हा!

पण जी हिकमती मंडळी असतात, ती कुणी ओसरी देण्याची वाट पाहत नाहीत किंवा 'लाथ मारीन तिथे पाणी काढीन' अशी लोकांच्या डोळ्यांवर येणारी मस्तीही करीत नाहीत. ती एखादी नामी आयडिया लढवतात, बस्स!

हल्ली पर्यावरणवादी बिचारे जीव तोडून सांगत असतात— झाडे लावा, झाडे लावा. ते ऐकून अख्ख्या होल जगाचं म्हणजे

'ग्लोबल वॉर्मिंग' थोपवण्याचं सत्कार्य करावं, असं या हिकमती (चलाख) मंडळींनी मनावर घेतलं. आता झाडं लावायची, म्हणजे जागा पाहिजे. झाडे लावण्यासाठी रिकामी जागा कुठे मिळेल, हा प्रश्नच नव्हता! कारण त्यांच्या बंगल्यासमोर जागाच जागा होत्या.

कार्ला परिसरात मुंबई-पुणे महामार्गासह अनेक गावांना जोडणारे लहानमोठे रस्ते आहेत. या रस्त्याच्या कडेला अक्षरश: शेकडो एकर अतिरिक्त जागा शासनाने विनावापर ठेवली आहे. शासन या जागेकडे ढुंकूनही बघत नाही. तिथल्या बंगलेमालकांना हळहळ वाटली. एवढी 'लाखमोला'ची जागा, आपल्या नजरेसमोर विनावापर पडून आहे. त्यांनी कंबर कसली आणि त्या मोकळ्या जागेवर दगडी बांधकाम करून चौथरे उभारले. मग त्यावर सुरू, नीलगिरी, इतर शोभेच्या झाडांची जणू मिनी उद्यानेच उभारली. जिवाचं पाणी घालून झाडं उभारल्यानं तीही जोमानं तरारली! जागांच्या बागा झाल्या!!

आता रस्त्याच्या कडेला पाच फूटही जागा शिल्लक राहिली नाहीय— म्हणजे विनावापर धूळ खात किंवा धूळ उडवत, पडून राहिली नाहीय. ज्यांना झाडे लावता आली नाहीत; त्यांनी जाहिराती फलक, सीमाभिंती उभारून - अक्षरश: बेकार पडून राहिलेली शेकडो गुंठे जागा... गिळंकृत केली आहे!

होय, ही जागा सार्वजनिक बांधकाम खात्याच्या मालकीची असली तरी आता 'आयआरबी'मुळे हे खातेच मोडीत निघालेय. म्हणजे ही जागा आता यांच्याच तीर्थरूपांची आणि नंतरच्या वारसांची! बरं, झाडं लावण्याचं 'पुण्यकर्म' केल्यानं यांच्याविरुद्ध बोलायलाही 'जागा' नाही!

-ο-ο-ο-ο-

नावात काय आहे?

'नावात काय आहे?' असं विल्यम शेक्स्पीअरनं म्हटलंय, पण तो लबाड असला पाहिजे. कारण 'नावात काही नसतं' असं म्हणणाऱ्या स्वत: शेक्सपिअरचंच नाव अजरामर झालंय. तो गेला त्याला किती वर्षं लोटली तरी अजूनही इंग्लंडमध्येच काय, जगभर त्याची नाटके रोज होत असतात. आता त्याचं नाव बदलून 'डेक्सपिअर' असं लावलं, तर लोक नाटकाची तिकिटं काढतील का?

नावात काही नसतं, तर आपल्या हिंदी चित्रपटांमध्ये युसूफ खान हे नाव बदलून दिलीपकुमार करण्यात आलं असतं का?

शांताराम वणकुद्रे हे नाव तुम्ही ऐकलंय का? कसं ऐकणार? त्यांनीच ते बदलून व्ही. शांताराम असं ठेवलं. नावात 'काही' नसतं, तर त्यांनी वणकुद्रे हेच नाव लावलं नसतं का? आज मी नावावर... खरं तर आडनावावर घसरलो, यालाही कारणीभूत एक आडनावच आहे. ते आडनाव म्हणजे, गाडगीळ.

हे कोण गाडगीळ; ओळखा पाहू!

गाडगीळ सराफ नव्हे, हे राजकारणातले गाडगीळ. तरी तुम्ही नाही ओळखू शकणार. आडनावच काय, त्यांचं नाव सांगितलं तरी किती जण ओळखतील, हा प्रश्नच आहे. सॉरी, उखाणे बंद करतो आणि त्यांचं नाव घेतो. ते किनई आमचे पुण्याचे अनंत गाडगीळ. चमकलात ना? हे कोण बुवा गाडगीळ? असा प्रश्न तुम्हाला पडला असेल. न. वि. तथा काकासाहेब गाडगीळ यांना तुम्ही नक्की ओळखत असाल. त्यांचे सुपुत्र विठ्ठलराव, सॉरी बॅरिस्टर विठ्ठलराव गाडगीळ आणि त्या सुपुत्रांचे (बहुधा) सुपुत्र म्हणजे अनंत गाडगीळ. बंधूही असू शकतील. ते बॅरिस्टर आहेत की नाही, काही कल्पना नाही. खरं सांगायचं, तर त्यांचं आडनाव गाडगीळ आहे, एवढीच मला माहिती आहे.

पण नेमकं ते आडनावच त्यांच्या आड आलंय. जे नाव

कशाच्या तरी आड येतं, त्यालाच तर आडनाव म्हणतात. असो. नुकतीच राज्यातील ज्येष्ठ स्वातंत्र्यसैनिकांची बैठक झाली. त्यात इतरांना 'प्रवेश बंद' होता. पण अनंत गाडगीळ होते. म्हणजे ते ज्येष्ठ आहेत व स्वातंत्र्यसैनिक आहेत, हे स्पष्ट आहे आणि हो हे— सर्व निष्ठावंत काँग्रेसजन होते, ही अधिक माहिती! तर, त्या बैठकीत 'निष्ठा आणि विचारसरणी अशा गोष्टींना काँग्रेसमध्ये किंमत नाही. निवडून येण्याच्या निकषावर पैसेवाले आणि गुंडांना तिकिटे दिली जातात. त्यामुळे अनेक निष्ठावान काँग्रेसजनच पक्ष सोडून चालले आहेत,' अशी खंत व्यक्त करण्यात आली. त्या वेळी लगेचच, 'आपले आडनाव गाडगीळ नसते तर आपणही काँग्रेस पक्ष सोडून गेलो असतो', अशा भावना अनंत गाडगीळ यांनी व्यक्त केल्या. आडनाव गाडगीळ असताना काँग्रेस सोडली तर त्या आडनावाला बट्टा लागेल, असं भावुक मनाच्या गाडगीळांना वाटतंय! त्यावर एकच उपाय आहे. विश्वविख्यात क्रिकेटपटू डॉन ब्रॅडमन यांच्या मुलाचा किस्सा आहे. त्यानं आडनाव सांगितलं की, प्रत्येक जण विचारीत असे, 'अरे, तू ब्रॅडमनचा मुलगा; मग तू क्रिकेट खेळत नाहीस?' या प्रश्नाला वैतागून शेवटी त्या मुलानं 'ब्रॅडमन' हे आडनाव बदलून 'ब्रॅडसन' असं करून घेतलं. गाडगीळ, तुम्ही तुमचं आडनाव 'तापकीर' करून घ्या आणि बिनधास्त काँग्रेस सोडा. अनंत तापकीर काँग्रेस सोडून गेले, तर काही फरक पडणार नाही. तसं म्हटलं तर अनंत गाडगीळ काँग्रेस सोडून गेले, तरी काय फरक पडणार आहे, कोण जाणे!

- o - o - o - o -

विद्यार्थी हाजिर हो!

वा! काय बातमी आहे. विद्यार्थ्यांअभावी कॉलेजांचे वाजले 'बारा'! हे 'बारा' वाजवले आहेत ते बारावीच्या विद्यार्थ्यांनीच! तेही अगदी मुंबईतल्या नामांकित कॉलेजांचे!

ही भलतीच गंमत आहे. आपल्याकडे दहावी आणि बारावी म्हणजे परीक्षा नसतात, पानिपतच्या लढाया असतात. लढाई नंबर एक व लढाई नंबर दोन. दहावीचा निकाल लागला की 'मिशन-ॲडमिशन' सुरू होतं. पोरं-पोरी एकदम 'वयात' येतात आणि आपल्याला पॉश कॉलेजमध्ये ॲडमिशन मिळावी, म्हणून रांगा लावतात. पालकांची डोकी खातात. कुणाला रुईयाच हवं असतं. कुणाला रूपारेल हवं असतं, तर कुणाला सोमय्या. रुईया असो की सोमय्या... सबसे बडा रुपय्या! हे आपलं गमतीत हं. पण डोनेशन नसलं तरी कसले-कसले 'कोटे' असतातच. मग पालकही इरेला पडतात. प्रिन्सिपॉल्सना दमच भरतात. हा कोटा द्या; नाही तर तो कोटा द्या. नाहीतर 'पोटा'च लावतो, असा एकूण पवित्रा.

आपल्याला हव्या त्या कॉलेजात ॲडमिशन मिळाली की, पोरं-पोरी धन्य होतात. जीन्सच्या पँटी, कुर्ते, स्टाइलिश सॅक्स, स्कुट्या... पोरं-पोरी टेचात कॉलेजमध्ये जातात. त्यातून सायन्सची पोरं जन्मजात स्कॉलर असल्यासारखी कॉलर ताठ करून बागडत असतात. बहुतेकांचं एकच लक्ष्य असतं— इंजिनिअरिंग किंवा मेडिकल. त्यातही मेडिकलकडे जरा जास्तच कल!

कॉलेजेसची आवारं ताज्या दमाच्या तरुणाईनं फुलतात. ट्रेडिशनल डे... व्हॅलेन्टाईन डे... असे काही 'डे'ज पार पडतात. जेमतेम महिना-दोन महिने. ऑगस्टपासून कॉलेजांमधून बारावी सायन्सची पोरं गायबच होतात. कारण? सीईटी! सीईटी म्हणजे करिअरच्या भवितव्याचं महाद्वार! मग काय— विद्यार्थी बंधूंनो, विचार करा; कॉलेजच्या लेक्चरपेक्षा सीईटीचा क्लास बरा! टाइम टेबलमध्ये

फिजिक्स, केमिस्ट्री या विषयांचे तास असतात. त्या-त्या विषयांचे प्राध्यापक कॉलेजात स्वत:ची हजेरी लावायला येतात आणि मग विद्यार्थ्यांची हजेरी घ्यायला वर्गावर जातात. वर्ग पूर्ण रिकामा. अशा वेळी निदान एखादं चिटपाखरू असतं— तेही हल्ली नसतं म्हणा. प्राध्यापक हजेरी कुणाची घेणार... आणि शिकवणार कुणाला? रिकाम्या बाकांना फिजिक्स, केमिस्ट्री शिकवण्याची अजून आपल्याकडे तरी पद्धत नाहीय!

पूर्वी जानेवारीपर्यंत तरी विद्यार्थी येत... आता ऑगस्टपासूनच 'गुल' होतात. एवढंच काय, आता तर अकरावीच्या पोरांनाही डिसेंबरपासून बारावीच्या सीईटीचे वेध लागतात.

म्हणजे अकरावीची पोरं कॉलेजचे 'अकरा' वाजवू लागलीयत आणि बारावीची पोरं कॉलेजचे 'बारा' वाजवताहेत.

त्यामुळे कॉलेजेसचे प्राचार्यच म्हणताहेत— 'सीईटीचं महत्त्व एवढं वाढलंय, तर बारावी सायन्सची परीक्षा बोर्डानं घ्यायचीच कशाला?' पण मग कॉलेजमधल्या सायन्सच्या प्रोफेसरांवर बेकारीची कुऱ्हाड कोसळणार की हो! नंतर हळूहळू सीईटी म्हणा, बीईटी म्हणा, यांचे खासगी क्लासेस चालू राहणार आणि कॉलेजेस बंद पडणार! मग एवढ्या मोठ्या इमारतींचं करायचं काय? त्यापेक्षा भन्नाट आयडिया म्हणजे कॉलेजांनीच सीईटी, बीईटी यांचे 'क्लोसस' सुरू करायचे! रुईया कॉलेज ऑफ सीईटी क्लासेस! सोमय्या कॉलेज ऑफ डीडीटी क्लासेस! मला खात्री आहे, या कल्पनेबद्दल सरकार मला 'पद्मश्री' देईल... पण आताच सांगतो— 'पद्मभूषण' पाहिजे म्हणून मी ती सरळ परत करीन!

- o - o - o - o -

डुक्कर कुठले!

भारतातील लोक आजकाल अधाशीपणानं खाऊ-पिऊ लागल्यामुळे जगात अन्नटंचाई झाली आहे, या अमेरिकन अध्यक्षांच्या वक्तव्यामुळे लक्षावधी भारतीय नागरिकांची 'घास रोज अडतो ओठी' अशी अवस्था झाली आहे. आपण मुळातच संवेदनशील लोक. राज कपूरच्या 'आवारा'प्रमाणे जपानी जूता, इंग्लिस्तानी पतलून आणि डोक्यावर रूसी लाल टोपी घातली तरी फिर भी दिल है हिंदुस्तानी, अशी आपली ख्याती. राज कपूरनेच 'जिस देशमें गंगा बहती है' या चित्रपटातल्या गाण्यात म्हटल्याप्रमाणे 'जादा की नहीं आदत हमको थोडमें गुजारा होता है' अशी परिस्थिती होती.

भारतीय लोकांचा थोडे में गुजारा होत होता. त्यामुळे जगातील इतर देशांना मुबलक धान्य मिळत होतं. पण परिस्थिती बदलली. राज कपूरलाही 'राम तेरी गंगा मैली हो गयी - पापियोंके पाप धोते धोते' असं म्हणावं लागलं. त्या चित्रपटात मंदाकिनीचं वात्सल्य पडदाभर दाखवून राज कपूरनं थोडंसं पुण्य पदरात पाडून घेतलं, एवढंच. पण मुद्दा तो नाही. आपण सारे अधाशासारखे खाऊ लागलो आहोत, त्याचा आहे. तरी बरं, अजून बरेच लोक दारिद्र्यरेषेखाली आहेत. तेही रेषेच्या वर उडी मारून आले आणि तुमच्या-माझ्यासारखेच खा-खा खात सुटले, तर जगात केवढी अन्नटंचाई होईल!

अमेरिकेसारख्या सधन, संपन्न देशातल्या लोकांना काय बकाबका खाणं अवघड आहे का? त्यांनीही आपल्यासारखंच अन्न फस्त केलं तर... अशा सगळ्या विचारात असताना अचानक आपल्या जेजुरीचे मंगेश शहा भेटले बघा. म्हणजे, प्रत्यक्ष नाही भेटले, पण पेपरातून भेटले. जेजुरीतल्या एखाद्या शहाचा एवढा दांडगा अभ्यास असावा, हे पाहून आम्ही जे तोंडात बोट घातले, ते

हा लेख लिहिण्यापुरतेच बाहेर काढले. अहो, नुसता अभ्यास नव्हे हो, एकदम बहाद्दर माणूस. त्यांनी तर अक्षरश: 'अमेरिकेचे डोके ठिकाणावर आहे काय?' अशा धर्तीचा जळजळीत सवाल केला आहे. काही नाही हो, तुमचा-आमचा काही दोष नाहीय. शहांनी शोधून काढलंय— अमेरिकन माणूसच अख्ख्या होल जगात अधाशी नंबर वन आहे. तो रोज ३१० ग्रॅम मांस खातो. प्रत्यक्षात फक्त ६५ ग्रॅम एवढीच गरज असते. म्हणजे बघितलंत, जवळजवळ ५ पट अधाशी आहे तो. आता एवढं मांस आणायचं कुठून? मग डुकरं पोसावी लागतात. एकेक डुक्कर किती धान्य खातं; माहितीय? मलाही माहिती नाही, पण डुक्करच ते... ते मरणाचं खादाड. म्हणजे बघा, १ किलो मांसासाठी ८ ते १० किलो धान्य खर्ची होतं.

अर्थ सरळ आहे. जगात आज जी अन्नटंचाई आहे ती तुम्ही-आम्ही जास्त खातो म्हणून नाहीय; अमेरिकेतल्या डुकरांमुळे धान्यटंचाई आहे. (पवारसाहेबांच्या कृपेमुळे डुकरांच्या वाट्यातला थोडा लाल गहू भारतीयांना मिळू शकला, तेवढंच) आणि हो, अमेरिकेत बहुसंख्य कुटुंबांमध्ये 'पेट्स' म्हणून कुत्री, मांजरी पाळली जातात. त्यांना पोसण्यासाठी मांस, भाज्या, दूध बक्कळ वापरलं जातं. अरे अमेरिकनांनो, तुमच्या 'पेट्स'ना हादडता यावं म्हणून आम्ही आमच्या पोटाला चिमटे घ्यायचे काय? नो... नाय... नेव्हर. भारतीय बंधू भगिनींनो, खा तुम्ही. खच्चून खा आणि हो, कुत्र्या-मांजऱ्यांनाही खाऊ घाला. त्यांनी काय घोडं मारलंय?...

- ० - ० - ० - ० -

पसंद अपनी अपनी

"मॅडम, हम नौकरी छोडकर जाना चाहते है।"

सोनियाजींनी चमकून आचाऱ्याकडे पाहिलं. इतकी वर्षे इमाने-इतबारे गांधी परिवाराची (खाद्य) सेवा करणाऱ्या 'कुक'नं एकदम सोडून जाण्याचा इरादा जाहीर केला होता... त्यातही राहुलवर कुकचं खास प्रेम होतं. राहुललासुद्धा सोनियाजींपेक्षा त्या कुकच्याच हातचं खायला आवडत असे. तोसुद्धा मायेनं राहुलला नेहमी काही नवनवे पदार्थ खायला करून देत असे. 'राहुलजीका संतोष यही हमारा समाधान' हेच त्याचं ब्रीद होतं.

"काय, झालं काय? राहुल काही बोलला की काय तुम्हाला?" सोनियाजींनी आस्थेनं आणि चिंतेनं विचारलं.

"ना ना ना मॅडम—" दोन्ही गालांवर हात उलटसुलट लावत कुक म्हणाला, "राहुलजी तर एका शब्दानं बोलत नाहीत. कधी मीठ कमी पडलं तर तसं अळणी खातील... तेही हसत-हसत. कधी तोंड वाकडं करणार नाहीत. वो तो बचपनसे एकदम जंटलमन है!"

"मग-तुम्ही सोडून का चालला आहात?"

"आता आम्हाला बघवत नाही मॅडम. दोन महिने झाले, राहुलजी काही खातच नाहीयेत. पिझ्झापासून थालिपीठापर्यंत सगळं बनवून पाहिलं मी... बडा दु:ख होता है मॅडम - अब हमारे हाथका खाना उन्हे पसंद नही आता!"

असं झालं होतं खरं. राहुलजी नेहमीचं जेवण जेवतच नव्हते. ताट तसंच सोडायचे.

ताटच रिकामं झालं नाही, तर राहुलजींचं पोट कसं भरणार? राहुलजींचं पोट भरलं नाही, या कल्पनेनं बिचाऱ्या आचाऱ्याचे डोळे भरून येत. खाणंच कमी झाल्यामुळं राहुलजींचं वजन कमी होतंय, असं आचारीबुवांना वाटत होतं. अजून गाल तर काही आत

गेले नव्हते; पण उजव्या गालावरची खळी बऱ्यापैकी खोल झाली होती.

काही झालं तरी राहुलजी म्हणजे भारताचं भवितव्य. देशाच्या भवितव्याकडे दुर्लक्ष करून कसं चालेल? आणि हो, शिवाय सोनियाजी राहुलजींच्या आई होत्या. मुलाचं जेवणात लक्ष नाही म्हटल्यावर कुठल्या आईचं राजकारणात लक्ष लागेल? मूळ वंश इंडियन असो की इटालियन— आई ती आईच. सोनियाजींनी ''क्यूँ बेटा, क्या बात है?'' असं अगदी मायेनं... विचारलं. ''कुछ नही माँ. बस, भूख जरा कम हो गयी है।'' राहुलजींचं हे उत्तर टोलवाटोलवीचं आहे, हे चाणाक्ष सोनियाजींनी हेरलं.

पोरगा कुठे प्रेमात-बिमात तर नाही ना पडलेला? ...शेवटी त्यांनी थेट गुप्तहेर एजन्सीचीच मदत घेतली. राहुलजी स्वत: भिडस्त, लाजाळू असल्याने ते स्वत: सांगणं शक्यच नव्हतं.

गुप्तहेर एजन्सी त्वरित कामाला लागली. युवराजांचं हृदय कुणा सुंदरीनं चोरलंय का, याची गुप्त चौकशी करण्यात आली; पण तसं काही आढळलं नाही. मग राहुलजी घरी खात-पीत का नव्हते? एजन्सीनं त्यावर थेट अहवालच सादर केला. त्यातलं सत्य वेगळंच होतं. गेले दोन महिने ते उत्तर प्रदेशातल्या दलित वस्त्यांना भेट देत होते. तिथेच खात-पीत होते. दलितांच्या हातची मकईकी रोटी, दाल, आचार यांची त्यांना इतकी चटक लागली होती की, '१० जनपथ'चं उच्चभ्रू खाणं त्यांच्या घशाखाली उतरतच नव्हतं. शेवटी रोज दलित वस्तीतनं राहुलजींसाठी डबा मागवायचा आदेश सोनियाजींनी दिला. ते कळताच सिक्युरिटीतल्या जवानांनी येऊन म्हटलं, ''हम नौकरी छोडना चाहते है। सेफ्टी के कारण रोज हमें राहुलजीका खाना टेस्ट करना पडता है। रोज वो मकईकी रोटी और दाल, आचार हम तो नहीं खा सकते। हमको छुट्टी दिजीए मॅडम!''

-o-o-o-o-

कंत्राटी प्रेम

तुम्ही मला सांगा, टाळी एका हाताने वाजते का? बघा वाजवून! नाही वाजत? म्हणजे काय, तर टाळी दोन हातांनीच वाजू शकते. आपण तावातावानं किती तरी गोष्टींबद्दल अकारण ओरडत असतो. आपण ओरडतो, तर अण्णा हजारे गप्पच बसतात; म्हणजे मौन पाळतात. का, तर भ्रष्टाचार वाढलाय म्हणून. अण्णा म्हणतात, हे अमके मंत्री भ्रष्टाचारी आहेत. माझ्याकडे ट्रक भरून पुरवा आहे. मी म्हणतो, अगदी ट्रक भरून नसेल, पण एखादी ट्रंक भरून तर असेल? कधी कधी अण्णांच्या उपोषणामुळे बिचाऱ्या एखाद्या मंत्र्याला राजीनामा द्यावा लागतो. अर्थात, त्यानं बक्कळ पैसा खाल्ल्यामुळे नंतरही तो ऐषारामात जीवन व्यतीत करू शकतो. नाही तर किती हाल झाले असते बिचाऱ्याचे. पण मुद्दा तो नाही. एखादा मंत्री लाच घेतो— अहो, पण तो काय कुणाकडून हिसकावून घेतो का? लोक देतात, म्हणूनच तो घेतो ना? म्हणतात ना, देणाऱ्याचे हात हजारो... आता अवैध धंदे चालतात. कुणी हातभट्टी लावतो, खोपडी विकतो— ती पिणारे असतात म्हणूनच तो विकतो ना! झोपडपट्टीतल्या लोकांना रॉयल चॅलेन्ज, ऑफिसर्स चॉईस (ही नावं मला ऐकून माहिती आहेत - चूकभूल द्यावी-घ्यावी) अशी उंची मद्यं परवडतील का? सगळेच काही रेस खेळू शकतात का? नाही. म्हणूनच 'मटका' असतो. तो जनसामान्यांची एक गरजच भागवतो की नाही?

तरीही काही व्यवसाय, काही गल्ल्या किती बदनाम असतात. उदाहरणार्थ— रेड लाईट एरिया. बायकाच बायका. भडक मेकअप केलेल्या. गल्लीच्या तोंडाशी, फूटपाथच्या कठड्याला, सिनेमागृहाच्या दाराजवळ उभ्या असतात. येणाऱ्या-जाणाऱ्या प्रत्येक पुरुषाकडे त्या प्रेमळ नजरेनं, हळूच हसत बघत असतात. त्यात त्या भेदभाव करीत नाही. जात, पात, रंग, रूप बघत नाहीत. 'सर्व नर समभाव'

असतो त्यांच्या नजरेत. एखादा नर जरा बघतोय म्हटलं की, त्या डोळ्यांनी, मानेनं खुणावतात. आजूबाजूला दुकानं असतात. रस्त्यानं तुमच्या-माझ्यासारखी मध्यमवर्गीय, पांढरपेशी, पापभीरू पुरुषमंडळी, स्त्रियाही जात-येत असतात. त्यांना किती ऑड होतं? हा असा रेडलाईट एरिया म्हणजे काहींच्या मते, शहराच्या सांस्कृतिक जीवनावरचा धब्बा असतो. पण त्या स्त्रिया जे काही भाडोत्री प्रेम देऊ करतात, ते घेणारे असतात, म्हणूनच तर ही प्रेमळ देवाण-घेवाण चालू राहते ना? या स्त्रियांना पूर्वी वारांगना म्हणत असत. हल्ली त्यांना 'सेक्स वर्कर्स' असं म्हणतात. या रेडलाईट एरियातल्या स्त्रिया प्रेम विकतात. प्रेमासाठी भुकेल्या म्हणा, बुभुक्षित म्हणा, पुरुषांच्या मूलभूत गरजा भागवतात; म्हणून समाजातल्या पांढरपेशा स्त्रिया निर्धास्त हिंडू फिरू शकतात. असेलही! पण तरी हा बदनाम व्यवसाय बंदच करावा, असं काही सुसंस्कृत, नीतिमान पुरुषांना वाटतं.

पुन्हा प्रश्न तोच! तुम्हाला पुष्कळ वाटतं हो, कुणी पैसे खाऊ नयेत, चोऱ्या करू नयेत, प्रेम विकू नये... पण ते थांबणार थोडंच आहे? त्यापेक्षा त्याला व्यवसाय म्हणून अधिकृत मान्यता का देऊ नये? मग जर 'सेक्स वर्कर्स' राहणारच असतील, तर त्यांचं राहणीमान सुधारायला हवं! अशा सेक्स वर्कर्सच्या कंत्राटी व पगारी नेमणुका केल्या जातात, असा शोध नुकताच पुणे पोलिसांना लागला. त्यांना रेडलाईट एरियात रस्त्यावर डोळे मिचकावत उभं राहावं लागत नाही; बंगल्यात राहतात त्या. त्यांचे सेल्स रिप्रेझेन्टेटिव्ह असतात. ते मार्केटिंग बघतात. या सेक्स वर्कर्सना महिन्याला ३०-३५ हजार रुपये पगार मिळतो. तो परवडतो, कारण खासगी उद्योगातले अधिकारी व उच्चभ्रू रसिक त्यांची सेवा घेतात. शेवटी तेही पुरुषच असतात ना! पैसे चक्क बँकेत भरले जातात. याला 'रॅकेट' कशाला म्हणायचं? मी तर म्हणतो, आता या 'सेक्स वर्कर्स'ना खासगी क्षेत्राप्रमाणे मेडिकल अलाऊन्स, प्रॉव्हिडंट फंड मिळायला हवा. फारच भरती व्हायला लागली, तर सक्तीची स्वेच्छानिवृत्तीही सुरू करता येईल की!

- ०-०-०-०-

मी शेंगा खाल्ल्या नाहीत!

साक्षात लोकमान्यांची गोष्ट आहे. अर्थात, तेव्हा ते 'लोकमान्य' झालेले नव्हते. बाळ गंगाधर टिळक म्हणून शाळेत शिकत होते. एके दिवशी मधल्या सुट्टीनंतर शिक्षक वर्गात आले आणि बघताहेत तो वर्गात शेंगांच्या टरफलांचा कचरा चकचरा. त्या वेळी शिक्षक कडक असत. छडीही मारू शकत. 'आमच्या मुलाला छडी का मारली', असं कुणीही पालक तेव्हा विचारत नसत. उलट, मुलानं खोडी केल्याची तक्रार आली तर शिक्षकांनाच पालक जाब विचारत, 'मग तुम्ही छडी का नाही मारलीत?' छडी खाणारी आमची शेवटचीच पिढी! असो. तर, टरफले पाहून शिक्षक संतापले व त्यांनी प्रश्न केला, ''कुणी केला हा कचरा... कुणी खाल्ल्या शेंगा?''

आता अशा वेळी कोण कबूल करणार हो? सगळे चिडीचिप. शिक्षकांनी बाळ गंगाधर टिळकांनाही विचारलं, ''काय रे, कुणी खाल्ल्या शेंगा?'' त्यावर टिळकांनी उत्तर दिलं, ''मी शेंगा खाल्ल्या नाहीत आणि ज्यांनी खाल्ल्या, त्यांची नावे मी सांगणार नाही!''

याला म्हणतात बाणेदारपणा. मी अकारण छडीही खाणार नाही आणि कुणाची चहाडीपण करणार नाही! या बाणेदारपणामुळेच टिळक पुढे लोकमान्य झाले आणि त्यांची 'मी शेंगा खाल्ल्या नाहीत', ही गोष्ट शाळेत धडा म्हणून लागली.

खरं सांगायचं तर, ही छोटीशी गोष्ट आम्ही पार विसरून गेलो होतो; पण अचानक सेम अशाच बाणेदारपणाचं दर्शन घडलं! ही गोष्ट कुठल्या शाळेत घडली नाही. हल्ली शाळेत फारशी मुलं जातच नाहीत. जी येतात, ती तरी जाऊ नयेत म्हणून शिक्षक त्यांना अजिबात ओरडत नाहीत. उलट, शिक्षकच मुलांना खाण्यासाठी शेंगा आणून देत असावेत. कदाचित स्वत: भाजतही असावेत. शेंगा म्हणा, कणीस म्हणा... शिकवणं वगैरे वेळ राहिला, वर्गात मुलं बसलीच तर! असो!

ही गोष्ट चौधरवाडीची आहे. चौधरवाडीच्या उजाड माळरानात अचानक गुंई गुंई करीत गाड्या आल्या. त्यात एक चक्क लाल दिव्याची गाडी होती. तीन गाड्यांतून जवळच्याच वनक्षेत्रात हरणांच्या शिकारीसाठी २०/२५ लोक घुसल्याचं लोकांनी पाहिलं. एकानं तर त्यांना हटकलंही; पण मंडळी साधीसुधी नव्हती. लाल दिव्याच्या गाडीतून कुणी लुंगेसुंगे थोडेच फिरतात? त्यांनी त्या ग्रामस्थालाच दम दिला. हिंदी फिल्मच्या भाषेत, सांगायचं तर म्हटलं 'पुलिस हमारा बाल भी बाका नहीं कर सकती!'

हरणांची शिकार... हा सरळ-सरळ गुन्हाच की हो! आणि लाल दिव्याची गाडी— म्हणजेच कुणी मंत्रीच त्यात अडकल्यानं वनाधिकाऱ्यांचं धाबंच दणाणलं. पोलीस खातं मध्यरात्र असल्यानं झोपलेलं होतं, तेही खडबडून जागं झालं. त्यांनी तातडीनं परिसर पिंजून काढला; पण शिकार केल्याचा पुरावा मिळेना आणि हा प्रकार समक्ष पाहणारेही भीतीमुळं काही बोलेनात. हरणांपैकीही कुणी 'आमचं पाडस मारलं हो' म्हणून तक्रार नोंदवण्यास येईना. गुन्हा दाखल करणार कोण? गुन्ह्याचं सोडा हो— निदान लाल दिव्याची गाडी कुणाची— कोण तो बहाद्दर मंत्री— हे तर कळावं की नाही? तेही कुणी काही बोलेना! पण बाणेदारपणा लपतो होय? ''मीच तो मंत्री... ती गाडी माझीच होती!'' आदिवासी विकास व परिवहनमंत्री धर्मरावबाबा आत्राम यांनी म्हटलं, पण त्याच बाणेदारपणे त्यांनी हेही म्हटलं, ''मी शिकार केली नाही.'' (आणि ज्यांनी केली, त्यांची नावे मी सांगणार नाही!) ग्रेट! आमची 'बालभारती'ला विनंती आहे. टिळकांची शेंगावाली गोष्ट जुनी झाली. त्याऐवजी आता पाठ्यपुस्तकात आत्रामांचा धडा लावावा. त्यावरून इतर मंत्रीही योग्य तो 'धडा' घेतीलच!

-०-०-०-०-

भाड्याने देणे आहे

घरं भाड्यानं देतात, दुकानं भाड्यानं देतात, ऑफिस भाड्यानं देतात. झालंच तर गाड्या भाड्यानं देतात; टीव्हीसुद्धा भाड्यानं मिळतो. लग्न समारंभात तर सतरंज्या, भांडीसुद्धा भाड्यानं मिळतात. ऐतिहासिक नाटक असेल; तर शिवाजीमहाराजांचा ड्रेस, तलवार, दाढी-मिशासुद्धा भाड्यानं मिळतात. इंटरव्ह्यूला जायचं असेल तर सूट, टाय, बूटसुद्धा भाड्यानं देतात म्हणे. बड्या घरच्या लग्नात दारावर स्वागतासाठी चक्क एअर इंडियाचा महाराजाही भाड्यानं मिळतो. सभेसाठी श्रोते भाड्यानं मिळतात. फार कशाला, घरातलं माणूस मेलं, तर काही समाजात रडायलासुद्धा भाड्यानं बायका मिळतात. आठवडाभर रोज तासभर रडून त्या भाडं घेऊन जातात.

तुम्ही म्हणाल, मी ही भाडोत्री 'वस्तूंची' यादी का देतोय? कारण मी जरा काय, बराच चकित झालोय. जगात सगळं भाड्यानं मिळतं; पण आईची माया भाड्यानं मिळत नसते. नर्स किंवा सिस्टर भाड्यानं मिळू शकते; पण मिस्टर मिळतात का भाड्यानं? बाबा मिळतात का भाड्यानं? एखाद्याचं डोकं भाड्यानं मिळतं का? फार तर त्याचा वेळ मिळतो. तो तासावर चार्जेस लावतो. पण घ्या— वापरा माझं डोकं तासभर आणि भाडं आणून घ्या, असं कुणी म्हणतं का? प्रेमासाठी तरसणारे किती प्रेमवीर असतात, पण भाड्यानं कुणी प्रेमिका तिचं हृदय देते का? नाही हो; कितीही पैसे मोजले तरी काही गोष्टी नाही मिळत भाड्यानं. पण हल्ली एक गोष्ट मात्र भाड्यानं मिळू शकते. ती भाड्यानं देताही येते. भाडोत्री गोष्टींच्या लिस्टवर आताशा ती टॉपवर येऊ लागली आहे. ती गोष्ट म्हणजे, गर्भाशय होय. दुसऱ्या स्त्रीचा गर्भ आपल्या गर्भाशयात वाढवायचा आणि मूल झालं की ते तिला, 'घे बाई तुझं पोर तुला', म्हणून देऊन टाकायचं. नऊ महिन्यांचं भाडं घ्यायचं, म्हणजे झालं. याला 'सरोगसी' म्हणतात. (पायरसी नव्हे) जी गर्भाशयात भाडोत्री गर्भ

वाढवते, तिला सरोगेट मदर म्हणतात. या सरोगेट मदरला किंवा स्पष्टच सांगायचं तर गर्भाशयाला आजमितीस भाव चांगलाच वधारला आहे. पूर्वी हे माणुसकीच्या दृष्टीनं केलं जायचं. आता चक्क या माणुसकीनं व्यवसायाचं रूप धारण केलंय.

आपण जगाच्या फार मागे आहोत. अहो, ब्रिटनमध्ये तर एका बयेनं गर्भाशय आठव्यांदा भाड्यानं देऊन विक्रमच केलाय. गंमत म्हणजे, तिचं स्वतःचं एकही अपत्य नाही. (कारण त्याचं भाड तिला कोण देणार?) त्यामुळे तिला दुसऱ्याची बाळं जन्माला घालण्यातच मजा येते. आज ती ४३ वर्षांची झालीय. आता मात्र हा मातृत्वाचा व्यवसाय थांबवावा, असं तिनं ठरवलं. पण गर्भारपणावाचून चुकल्या-चुकल्यासारखं वाटू लागल्यानं तिनं पुन्हा दारावर बोर्ड लावला आहे, 'गर्भाशय भाड्याने देणे आहे.' आठ सरोगेट गर्भारपणाचा अनुभव... पैसेवाल्या आयांना प्राधान्य... वगैरे. हां, पण असं समजू नका, हे फक्त तिकडेच चालतं. आपल्या महाराष्ट्रातल्या स्त्रियांना अजून ही 'आयडियाची कल्पना' कळलेलीच नाही. पण गुजरात आणि पंजाबात मात्र हा धंदा बाळसं धरू लागला आहे. परदेशस्थ एनआरआय अॅडव्हान्स घेऊनच येताहेत. गर्भाशय भाड्यानं हवंय; चला पंजाबला, अशी क्रेझच झालीय. भारतात डॉक्टरांचं भाडं— सॉरी फी कमी असते. शिवाय भारतीय स्त्रिया दारू, सिगारेट पीत नाहीत. त्यामुळे भारतीय सरोगेट मदरांना पसंती मिळतेय. आता तर एवढी मागणी वाढतेय की, पुरवठा करता-करता पंजाबच्या डॉक्टरांच्या नाकीनऊ येताहेत. मला कळत नाही, आपल्या मराठी महिलांनी या क्षेत्रात उडी का घेऊ नये? ते कायदेशीर आणि फायदेशीरही असेल. बघा बुवा... सॉरी, बघा बाई! मी सांगण्याचं काम केलंय...

-०-०-०-०-

हवापालट हवाच !

म्हणतात ना, एकदा कावीळ झाली की सगळं पिवळं-पिवळं दिसू लागतं. पुणेकर नागरिकांचं तसंच झालंय. त्यांना राजकीय कावीळ झाली असल्यानं राजकारणी करतील ते सगळं चूकच, असं त्यांना दिसतंय.

खरं म्हणजे पुण्याचे म्हणा, ठाण्याचे म्हणा; नगरसेवक आणि नगरसेविका हे काही राजकारणी नव्हतेच. त्यांना सेवक/सेविका म्हणतात, ते काय उगाच? ही मंडळी शहराच्या सेवेसाठी स्वखर्चानं निवडून येतात. आता नगराची सेवा करायची, तर जगातली इतर छान-छान टुमदार नगरं पाहायला नकोत का? मनमोहनसिंग म्हणतात, ''मुंबईचं शांघाय करू या.'' पण ते करण्यासाठी मुंबईच्या नगरसेवकांनी शांघाय काळं की गोरं, ते पहायला नको का? नाही तर म्हणतात ना— करायला गेला गणपती आणि झाला मारुती, तसं व्हायचं.

पुण्याचं स्वीडन करायचं, याच उदात्त हेतूनं पुणे महानगरपालिकेतील १० अधिकारी स्वीडनच्या दौऱ्याला गेले; पण शेवटी महिलांना एक्सपोजर पाहिजे की नको? म्हणूनच पुन्हा तशाच उदात्त हेतूनं महापालिकेच्या मुख्य सभेने नगरसेविकांच्या सिमला येथील अभ्यास दौऱ्याला मान्यता दिली. राष्ट्रवादीच्या नगरसेविका रत्नप्रभा जगताप आणि उषा कळमकर या सूचक आणि अनुमोदक होत्या. सारं कसं छान चाललं होतं; पण...

बघवत नाही हो— काहींना दुसऱ्यांचं काही चांगलं झालेलं बघवतच नाही. पुण्यातल्या काही मंडळींनी महापौर, पक्षनेते आणि पालिका आयुक्तांना खास पुणेरी निवेदन दिले. म्हणे, पुणे महापालिकेची पुढील महिन्याची सर्वसाधारण सभा सिमला येथे घेण्यात यावी. त्याचप्रमाणे स्वित्झर्लंड येथे सभा आयोजित केल्यास सर्वांना पुण्याच्या विविध ज्वलंत प्रश्नांवर थंड डोक्याने विचार करणे शक्य होईल.

तसेच विविध अभ्यास दौऱ्यांसाठी, म्हणजे त्यांच्या खर्चासाठी, विकासकामांत कपात करावी व पुणेकरांच्या मिळकतकरामध्ये शंभर टक्के वाढ करावी.

हे असलं तिरकस निवेदन पुणेकरच करू जाणोत. पण जेवढं तिरकं, तेवढं ते झोंबतं. सिमला दौऱ्याच्या प्रस्तावावर सूचक आणि अनुमोदक म्हणून सही करणाऱ्या दोघींनी म्हटलं, आमच्याकडून घाईगर्दीत सही घेण्यात आली. (नीट वाचूसुद्धा दिलं नाही) प्रस्तावाला मंजुरी मिळाल्यावरच दौऱ्याचा प्रकार आम्हाला समजला. जनतेच्या पैशावर दौऱ्याला जाण्यापेक्षा आम्ही स्वखर्चानं जाऊ.

बघितलंत— उपरोधाचा कसा परिणाम होतो ते? आता कोण जाणार आहे सिमल्याला स्वखर्चानं? म्हणजे सिमला दौरा बारगळलाच. ती तिरकस पुणेरी मंडळी म्हणतात, नगरसेवक/सेविकांचे अभ्यास दौरे सगळे थंड हवेच्या ठिकाणींच कसे जातात? हा काय प्रश्न झाला? आता थंड हवेच्या ठिकाणींच सगळी आदर्श विकसित नगरे असतात; हा काय नगरसेवकांचा दोष आहे का?

याशिवाय विरोध का; तर म्हणे, नगरसेवक अभ्यास दौऱ्यावरून आल्यानंतर अहवाल देत नाहीत. याला तरी काय अर्थ आहे? अहवाल दिला म्हणजे काय दौरा सार्थकी लागतो? कोण वाचतो तो अहवाल? बाहेरचं जग बघितल्यानं नगरसेवकांना जी वेगळी दृष्टी मिळते, ती महत्त्वाची आहे की अहवाल महत्त्वाचे आहेत?

सगळा घोळ होतोय तो एकाच चुकीच्या शब्दामुळे. तो शब्द म्हणजे अभ्यास दौरा; त्याऐवजी सहल का म्हणू नये? नाही तरी नगरसेवकांची महिना २५ हजार पगार देण्याची मागणी मान्य होत नाही; मग त्यांना वर्षातून एकदा हवापालटासाठी का पाठवू नये? एकदा हे मान्य झाले म्हणजे मग हवापालटासाठी थंड हवेच्या ठिकाणींच का जाता, असले वेडगळ प्रश्न कुणी विचारणारच नाहीत. मग बघा, पुण्याचं कसं वर्षा-दोन वर्षातच स्वित्झर्लंड होईल ते...

- ०- ०- ०- ०-

हो! पण तरी...

युवीचं बोलणं ऐकलं आणि मला धडाधड तीन व्यक्तींची आठवण झाली. कोण त्या तीन व्यक्ती? सांगतो. पण आधी तुम्ही मला सांगा— आज युवराज— सिंगला काय कमी आहे? ऑस्ट्रेलियात त्यानं एका षटकात सहा चेंडूंवर सहा छक्के मारले आणि चक्क एक कोटी रुपये खिशात घातले. आयपीएलमध्ये त्याच्या संघाची मालकीण आणि बॉलिवूडची तारका, खळीदार प्रीती झिंटा हिने त्याच्या गालाची नाजूकशी पप्पी घेतली— जाहीरपणे! कुणीही युवीचा हेवाच करावा... पण युवीची एक इच्छा मात्र पुरी झालेली नाही...त्याला भारतीय क्रिकेट संघाचं नेतृत्व करायचंय.

छे— छे— छे! उगाच भलते अर्थ काढू नका. मीडियावालों...खबरदार! काही महिन्यांपूर्वी युवराज, धोनीपेक्षा सिनिअर असतानाही एकदिवसीय क्रिकेट संघाचा कप्तान म्हणून धोनीची निवड झाली... तेव्हाही युवराज निराश झाला... त्याच्यात आणि धोनीत 'शीतयुद्ध' सुरू झालं, अशा बातम्या प्रसिद्धिमाध्यमांनी छापल्या होत्या. बातम्या कसल्या हो— निव्वळ वावड्या! ठीक आहे, युवराज निराश झाला होता, हे खरंय; पण तो मनातल्या मनात. आपल्या मनात काय आहे, हे काही त्यानं कुणा पत्रकारांच्या कानात सांगितलं नव्हतं. भले त्यानं 'बघतोच धोनीकडे!' असंही मनात म्हटलं असेल! आताही त्यानं 'मला कर्णधार व्हायचं आहे' 'म्हटलं, तरी ताबडतोब हेही सांगून टाकलंय की, 'मी आणि धोनी चांगले मित्र आहोत. आमच्यात व्यवस्थित अन्डरस्टॅन्डिंग आहे!' पण तरीही त्याला कर्णधार व्हायचंच आहे. प्रश्न असा आहे, धोनीला कर्णधारपदावरून डच्चू दिल्याशिवाय युवीला कर्णधार कसं करायचं? एका वेळी दोन-दोन कर्णधार ठेवण्याची अजून तरी पद्धत नाहीय. संगीत दिग्दर्शकांच्या जोड्या असतात— शंकर-जयकिशन, लक्ष्मीकांत-प्यारेलाल, अलीकडे तर सुमित्रा भावे-सुनील

सुकथनकर हे जोडीनं दिग्दर्शनही करतात; पण कर्णधार एकच असतो हो. मग हे कसं समजायचं? म्हणूनच युवराजची मुलाखत ऐकली आणि मला तीन व्यक्ती आठवल्या. पहिले पतंगराव कदम. ते सेम असंच म्हणताहेत. त्यांना महाराष्ट्राचं मुख्यमंत्री व्हायचंय... पण विलासराव देशमुख त्यांचे चांगले मित्र आहेत. मित्राला उडवा आणि सीएमचा मुकुट माझ्या डोक्यावर चढवा— असं ते कसं म्हणू शकतील? म्हणजे, तिथेही सेम गोची आहे. दुसरी आठवली ती स्वप्नसुंदरी हेमामालिनी. ती धर्मेंद्रच्या प्रेमात पडली पण धर्मेंद्र तर विवाहित होता. त्यामुळे तिनं 'मला धर्मेंद्रशी लग्न करायचंय' असं म्हटलंच नाही. ती फक्त म्हणायची, ''मला धर्मेंद्रसारखा नवरा हवा.'' पण अम्मा मालिनीला तसा 'डिट्टो' दुसरा कुणी मिळाला नाही. म्हणजे धर्मेंद्रशीच लग्न करायला हवं. पण तरीही हेमानं म्हटलं, ''मला धर्मेंद्रजींच्या पहिल्या पत्नीला दुःख द्यायचं नाहीय!'' शेवटी दोघांनी लुटुपुटीचं दुसरं लग्न लावलं. मुली मात्र लुटुपुटीच्या नव्हेत... खऱ्या-खऱ्या झाल्या. असं अनधिकृत का होईना, दुसरं लग्न करता येतं... पण अनधिकृत दुसरा कॅप्टन होता येत नाही! हीच तर युवीची गोची आहे.

आणि हो... मला तिसरी व्यक्ती आठवली ती अमेरिकेचे दिवंगत लाडके अध्यक्ष जॉन एफ. केनेडी. केनेडींनी म्हटलं होतं, ''अमेरिकनांनो, देश तुमच्यासाठी काय करणार आहे हे (मला) विचारू नका— तुम्ही देशासाठी काय करणार, ते सांगा!'' इतिहासात केनेडींचे ते उद्गार अजरामर झाले आहेत. 'सेम' तसंच युवराजनं म्हटलं आहे, ''संघाला माझ्याकडून काय हवंय, हे महत्त्वाचं आहे!'' ओहोहो! आहाहा! केवढी ही संघभक्ती! केवढी देशीभक्ती!! यंव रे मेरे गब्रू. युवी, तुसी ग्रेट हो! असेच उदात्त विचार मांडत जा... पण 'तुलाही कर्णधार व्हायचं आहे' हेही अधूनमधून जाहीर करीत राहा. हो, नाही तर 'तू कधी तसं बोललाच नाहीस' असं निवड समितीनं म्हणायला नको!

- ० - ० - ० - ० -

शोधा घर!

लग्नकार्य ठरवलं की जाणती मंडळी पहिली याद्या करायला बसतात. कुठल्याही शुभकार्यात याद्या फार महत्त्वाच्या असतात. मतदान हेही आपलं पवित्र कर्तव्य असतं. ते पार पडायचं, तर मतदारयाद्या महत्त्वाच्या असतात. त्यातून आपल्या देशाची लोकशाही म्हणजे सर्वांत मोठी! नंबर वन आणि ती कायम नंबर वनच राहणार. चीनमध्ये लोकशाही येईलसुद्धा. पण ती येईल तोपर्यंत लोकसंख्येच्या बाबतीत आपण चीनच्या पुढे गेलेलो असू. त्या बाबतीत आपल्याकडची मंडळी भलतीच उत्साही आहेत.

तर, अशी नंबर वन लोकशाही चालवायची म्हणताना निवडणुका घ्याव्याच लागतात. त्यातून अलीकडे तर कधी सरकार गडगडेल आणि कधी पुन्हा निवडणूक घ्यावी लागेल, हे सांगता येत नाही. आघाडी सरकारं याबाबतीत नेहमीच आघाडीवर असतात.

निवडणुका चोख पार पाडायच्या, तर मतदारयाद्याही चोख हव्यात. पण आपल्याकडच्या मतदारयाद्या भलत्याच गमतीदार. मेलेली मंडळी यादीत आणि जिवंत मंडळी बाहेर. आधीच भारतात नावं आणि आडनावं यांची झुंबड. सत्यभामा दगडोजी फटांगरे, मैनाताई पोपटराव लटांबरे... याद्यांमध्ये सत्यभामाबाईंचं आडनाव मैनाताईंना आणि मैनाताईंचे मिस्टर पोपटरावांऐवजी दगडोजी दाखवलेले. बायकांची तर फारच पंचाईत. आई-वडिलांचं नाव चुकलं तर चालतं हो— पण कुंकवाचा धनी बदलून कसं चालेल? यादीत भलतंच नाव आल्यावर आयाबायांनी लग्नाबिग्नात नावं तरी कशी घ्यायची?

नावं चुकीची, कुणाचे पत्ते चुकलेले, कुणाचं वय वाढलेलं, कुणाचं लिंग बदललेलं. फोटो पुरुषाचा, नाव बाईचं वगैरे... पुण्याचे खासदार सुरेशभाई कलमाडी यांच्यासुद्धा नावात चुका. आता बोला! बराच आरडाओरडा झाला म्हणतात. मतदार नोंदणी अधिकाऱ्यांनी

ठरवूनच टाकलं— याद्या रिपेअर करायच्या. सगळे घोळ काढून टाकायचे. मोहीमच राबवायची.

प्रश्न एवढाच होता— हे काम कुणाच्या गळ्यात मारायचं? उत्तर सोपं होतं आणि नेहमीचं होतं— शिक्षकांच्या! कुठल्याही कामाला 'जुंपायचे' असल्यास शिक्षकांना प्राधान्य देण्यात यावे, असा प्रशासनाचा अलिखित कायदाच असावा. वडगाव शेरीत सुमारे तीन लाख मतदारांचे पत्ते शोधण्याच्या मोहिमेसाठी तीनएकशे शिक्षकांना कामाला लावले गेले आहे. चला, याद्या घ्या... पत्ते शोधा, मतदार शोधा, मतदार हुडका आणि चुका दुरुस्त करा. मुळातच असंख्य नावे आणि पत्ते चुकीचे. शोधायचे कसे? बिचारे शिक्षक उन्हातान्हाचे दारोदार हिंडताहेत, 'पोटासाठी दाही दिशा, आम्हा फिरविसी जगदीशा' असं म्हणत. शिक्षक अर्थातच मराठी माध्यमिक! उच्च इंग्रजी माध्यमातील शिक्षकांवर हे असलं काम कसं टाकणार? पण शिक्षकच का? तर, शाळेमध्ये परिसरातील विद्यार्थी शिकतात. विद्यार्थ्यांच्या माहितीवरून शिक्षकांना पत्ते लवकर सापडतात, म्हणून...

लॉजिक चांगलं आहे. कार्य पवित्र आहे. प्रश्न एकच आहे— शिक्षकांनी मतदारांची घरं शोधायची, की सहामाही परीक्षांचे पेपर तपासायचे? यावर एक उपाय आहे. शिक्षकांना शोधू देत घरं; पेपर तपासण्याचं काम सरकारी कचेऱ्यांतील कर्मचाऱ्यांना द्यावं. त्यानिमित्तानं त्यांचीही उजळणी होईल! हा काळच असा आहे— एकमेका साह्य करू, अवघे धरू सुपंथ! निकाल लागो शिक्षणाचा— ना खेद, ना खंत!

-०-०-०-०-

एक कोटी-एक बेटी

अशोक अर्गल, फग्गनसिंह कुलुष्टे आणि महावीर भगोड. लोकसभेत एक कोटी रुपयांच्या नोटांची पुडकी दाखवणारे हे बहाद्दर खासदार. त्यांचे खरे तर आभारच मानायला हवेत. अहो, आयुष्यात एकदम एक कोटी रुपये आम्ही पहिल्यांदा पाहिले. सगळ्या हजारांच्या नोटा हो. एक हजाराची नोट पाहिली तरी आमचा ऊर भरून येतो; इथे तर नोटाच नोटा! नोट लो, वोट मत दो. या तिघा खासदारांबद्दल अमरसिंह यांचा गैरसमज झाला असावा. हे तिघे हजाराच्या नोटा खातात, असं कुणी तरी अमरसिंहांना बोललं असावं. (पैसे खातात, लाच खातात असं बोलणं बरं दिसत नाही). मग म्हणे, अमरसिंहांचे सचिव संजीव सक्सेना हे खायचे पैसे घेऊन अर्गलांकडे आले. तरी एकच कोटी आणले होते; दोन कोटी नंतर, अशी बोली होती. (अशा व्यवहारात सगळं बोलीचं असतं, लेखी काही नसतंच) पण हे अर्गल निघाले भाजपचे इमानी. त्यांनी एक कोटी स्वत: खायचे सोडून लोकसभेला दाखवले आणि टी्व्ही बघणाऱ्या कोटी-कोटी जनतेलाही. पण म्हणतात ना, खायचे दात आणि दाखवायचे दात वेगळे असतात. त्यामुळेच खायचे कोटी आणि दाखवायचे कोटी वेगळेही असू शकतील.

पण अहो, केवढा गदारोळ! खासदार मंडळी सरकार वाचवण्यासाठी कोटी घेतात, हे काय नवं अन् अजब आहे की काय? नरसिंह रावांचं सरकार वाचवण्यासाठी एक कोटी घेतलेले शिबू सोरेनसुद्धा लोकसभेत होतेच की. ते तर म्हणे, चक्क झोपले होते. हे मला कळतच नाही— तीन कोटी हा काय भाव झाला? अहो, आम्ही तर ऐकलं होतं, पंचवीस कोटींचा भाव फुटलाय. केवढं बरं वाटलं होतं. माझा ऊर तर अभिमानानं भरून आला होता. काही झालं तरी खासदारांची किंमत ठेवलीच पाहिजे. निष्ठा विकायची म्हणजे किमान पंचवीस कोटी पाहिजेतच की हो.

पण त्या तिघा संशयित खासदारांना तीन कोटींत पटवलं गेलं, हा चक्क अपमान नाही का? ते तिघे भडकले असणार ते त्यामुळे. अरे, पंचवीस कोटींचा बाजारभाव चालू असताना तुम्ही आम्हाला फक्त तीन कोटी देऊ करता? आम्ही काय लल्लू पंजू वाटलो की काय?

पण तरी ते वेडेच. चोराच्या हातची लंगोटी! तसेच एजंटाकडचे तीन कोटी ठेवून घ्यायचे, मुलींच्या लग्नात वापरायचे. पण त्यांनी स्टंट केला. त्यांनी कसला केला; भाजपच्या काही वरिष्ठ नेत्यांना ही कुणकुण लागली, त्यांनीच एक गुप्त बैठक घेऊन हा स्टंट करायचं ठरवलं. त्याची रंगीत तालीमसुद्धा झाली असणार.

खोटं, साफ खोटं! म्हणजे त्या नोटा खऱ्या असतीलही, पण हे प्रकरणच खोटं आहे. एकदम बंडल. मग नोटांची कितीही बंडलं दाखवली असली, तरी हे सगळं बंडलच आहे. कशाला हवीय चौकशी? अहो, मुळात भाजप आणि काँग्रेस यांच्यातच गुप्त समझोता झाला होता. एक दलित बेटी पंतप्रधान होऊ नये म्हणून. मायावतींनी लावलेला हा केवढा महत्त्वपूर्ण शोध आहे! यापुढे एक लक्षात ठेवा— भाजप आणि काँग्रेसनं काहीही केलं, तरी दोघांचा डाव एकच असणार, हे समजून घ्यायचं— दलित की बेटी देशकी प्रधानमंत्री ना बने. पंचावन्न कोटींची मालमत्ता असली म्हणून काय झालं हो? शेवटी मायावती म्हणजे एक दलित की बेटीच ना! गॉड ब्लेस बेटी.

-०-०-०-०-

चक्क कॉपी करा

'आम्ही चक्क कॉपी करतो' हे ब्रीद वाक्य वाचून आम्ही दचकलोच होतो. अहो, कॉपी करायलासुद्धा धाडस लागतं आणि 'आम्ही कॉपी करतो' असे अभिमानानं सांगायला आणखी धाडस लागतं. हे ब्रीद वाक्य 'झेरॉक्स' कॉपी करणाऱ्या दुकानदाराचं आहे! त्याचं हे धाडस पाहून त्यांच्या शेजारच्या दुकानदारानंही दुकानावर बोर्ड लावला, 'आम्ही झक्क कॉपी करतो!' कॉपी करण्यातलं आमचं कौशल्य पाहून तुम्ही थक्क व्हाल!!

या झेरॉक्सवाल्यांचं सोडा हो— कॉपी करतात ते करतात, वर कॉपी करायचे पैसे घेतात. धंदाच त्यांचा कॉपीचा. पण कॉपीची खरी गरज भासते ती शाळा- कॉलेजच्या विद्यार्थ्यांना, परीक्षेच्या वेळी. काही वेळा खेळाच्या म्हणा, गॅदरिंगमधील नाटकाच्या म्हणा, क्वचित पोरीच्या/ पोराच्या नादामुळे म्हणा किंवा इंटरनेटचं व्यसन जडल्यामुळे म्हणा; परीक्षेचा अभ्यासच होत नाही. पुन्हा टीव्हीचे ते सतराशेसाठ चॅनल्स असतातच. रिऑलिटी शोज असतात. सलमान असतो, राखी सावंत असते, शिल्पा शेट्टी, बिपाशा बसू... किती तरी व्यत्यय असतात. कसा अभ्यास व्हायचा? त्यातून काही लेकाचे विषयच हरामी असतात. गणित वगैरे —

तात्पर्य काय, कुणी कॉपी करताना पकडलं गेलं आणि त्याला जर कारणे दाखवा नोटीस बजावली, तर तो रग्गड कारणे देऊ शकतो. पण कॉपी करणं हा गुन्हा असला, तरी पोरं (आणि पोरीसुद्धा हां— त्या काय, कशात कमी नाहीतच!) पुन: पुन्हा कॉपी करतात. स्वत:ऐवजी दुसऱ्याला परीक्षेला बसवण्यापेक्षा स्वत: बसून कॉपी करणं केव्हाही चांगलं आणि तेही सोपं नसतंच. चतुराई लागतेच. कुठे 'कॉपी' ठेवायची, यासाठी शरीरातच किंवा कपड्यातच वेगवेगळ्या जागा शोधाव्या लागतात. त्यासाठी कल्पनाशक्ती लागते. खेडेगावातली पोरं परीक्षेला जाताना लेदरच्या 'चेपल्या' पायात

घालत नाहीत. रबरी स्लिपर्स घालतात. रबरी स्लीपरला बाभळीच्या काट्यात कॉपीचे कागद टोचून ठेवतात. त्यांची कॉपी 'पकडायची' तर सुपरवायझरला त्यांचे पायच धरावे लागतात!

आपण पास व्हावं असं जसं पोरापोरींना वाटतं, तसं त्यांच्या पालकांनाही वाटत असतंच. कारण फीचे पैसे पालकांनाच भरावे लागतात. त्यामुळे अलीकडे पोरांना पालकही कॉप्या पुरवतात. पण तशी राजरोस कॉपी देता येत नाही. पोरगं जर दुसऱ्या मजल्यावरच्या वर्गात परीक्षा देत असेल, तर बहाद्दूर पालक बाजीप्रभू किंवा तानाजीच्या आवेशात चक्क भिंतीवरून चढतात आणि खिडकीतून पोराकडे कॉप्या फेकतात. बघितलंत! किती जिवाचा आटापिटा करावा लागतो. एवढं करून कॉपी करूनही काही पोरं नापास होतातच!

आता मात्र हा सगळा आटापिटा करायची गरजच नाही. निदान नरेंद्र मोदींच्या गुजरातमध्ये तरी नाहीच नाही. मोदींनी नुकतीच 'शिक्षक दिना'निमित्त विद्यार्थ्यांना ही भेट दिली आहे. आठवी, नववी आणि दहावीच्या परीक्षा तुम्ही पाठ्यपुस्तक समोर ठेवून देऊ शकाल. व्हॉट ॲन आयडिया, सरजी! फक्त या प्रकाराला 'कॉपी' न म्हणता 'ओपन बुक फॉरमॅट' असं गोंडस नाव दिलं आहे. पुस्तक पाहा अन् पेपर लिहा! आता कॉपी केल्याबद्दल पकडलं जाणार नाही; उलट तुम्ही कॉपी करत नसाल, तरच पकडले जाल! हा हा हा हा!!

-०-०-०-०-

'चेंज' तर हवाच!

प्रत्येकाला आयुष्यात काही तरी बदल हा लागतोच. मग आपले आमदार तरी त्याला अपवाद कसे असतील? त्यांना तर बदलाची— ज्याला 'चेंज' हे गोंडस नाव आहे— फारच गरज असते.

महाराष्ट्रातल्या आमदारांसाठी हक्काचा बदल असतो तो अधिवेशनाचा. त्यातही नागपूरचं हिवाळी अधिवेशन असेल, तर विचारूच नका. हा 'चेंज' हक्काचा करण्यासाठी काय कमी तपस्या नाही लागली. तेवढ्यासाठी विदर्भ विकासाचा मुद्दा उठवून नागपूरला उपराजधानी करावं लागलं.

नागपूर करारच करून टाकलाय यासाठी. त्यामुळे भले कोट्यवधी रुपये खर्च होऊ देत, पण हिवाळी अधिवेशन नागपूरला घ्यावे लागते. हिवाळा हा तर आधीच केवढा आल्हाददायक हंगाम— त्यात अधिवेशनातला हंगामा— म्हणजे विचारूच नका. काही खवचट पत्रकार असले बिनबुडाचे प्रश्न विचारतात की, नागपूर अधिवेशनामुळे वैदर्भीय जनतेचे जिव्हाळ्याचे प्रश्न चर्चेला येतात का? झालंच तर, विदर्भातील विकास प्रकल्प मार्गी लागतात का?

हे पत्रकार खुळे का बावळे? अहो, या असल्या मामुली गोष्टींसाठी का हे अधिवेशन असतं? हे असतं मुंबईच्या घामानं आणि राजकीय कामानं हैराण झालेल्या आमदारांना 'चेंज' म्हणून. त्यांचं आरोग्य उत्तम राहून पुन्हा राजकारणाच्या रामरगाड्याला जुंपून घेण्याचा हुरूप त्यांना यावा म्हणून! आणि तुम्ही भलतेच प्रश्न काय विचारता?

हिवाळा हा एकूणच प्रेमाचा आणि जिव्हाळ्याचा मोसम मानला जातो. ते गाणं आठवा— थंडगार ही हवा... या इथे अशा स्थळी, जवळी तू मला हवा! असं 'जाणकार' म्हणतात की, मुंबईतलं सरकार नागपुरात 'शिफ्ट' होतं तेच मुळी हिवाळ्याच्या

"

गुलाबी हवेतली मौज, विदर्भातल्या (वेळी-अवेळीही— नियम मोडून आमदारांना करता येणाऱ्या) जंगलच्या सफरी आणि 'दारूकाम' यासाठी. हो— हो, उगाच ताकाला जाऊन भांडं कशाला लपवा? प्यायला जाऊन ग्लास कशाला लपवा?

असंही 'जाणकार' म्हणतात की, अधिवेशनकाळात जवळजवळ प्रत्येक दिवशी (सॉरी, रात्री) मंत्रिमंडळी आपले आप्त, इष्ट, मित्र आणि खऱ्या/खोट्या बातम्या 'योग्य'वेळी छापणारे पत्रकारमित्र यांना पार्टी देतात. कसली काय विचारता— ओली पार्टी! तुम्हीच सांगा; उत्पादन शुल्क खात्याची पार्टी असली आणि तेथे मदिरा नसली, तर केवढं हसं होईल; या खात्याची पार्टी विदाऊट नशा— म्हणजे बाईविना तमाशा! हां... पण फक्त मदिराच हां— मदिराक्ष्या नॉट अलाऊड. तेवढी संस्कृती जपतोच आपण. पण होतं काय एक्साईजवाल्यांकडे धाडीत जप्त केलेली बनावट दारू असते-तीच पुरवली जाते!

पण जातिवंत पिणाऱ्यांना असली आणि नकली दारू बरोबर कळते! तेव्हा निमंत्रणाचा एसएमएस आला की यजमानांचा एसएमएस येतो— 'माल अस्सल असेल, तरच आम्ही येऊ!' यात संबंधित खात्याची, मंत्र्यांचीच नव्हे, शासनाची इज्जत जाते. तेव्हा अधिवेशनकाळात सर्व मंत्र्यांना अस्सल दारूचा कोटा पुरविण्याचा ठराव शासनानं करून घ्यावा— हवं तर त्यासाठी नागपूर करारात 'योग्य' तो बदल करावा. आपण पहिलंच बोललो होतो— चेंज हा लागतोच!

-o-o-o-o-

मैदान मोकळं आहे!

मुंबईमध्ये तमाम भारतामधूनच नव्हे तर शेजारच्या बांगलादेशातून, झालंच तर दुबईमधून रोज किती मंडळी दाखल होत असतात. अशा दिवसेंदिवस वाढत्या मुंबईकरांना राहायला जागा काय, कित्येकदा उभं राहायलाही जागेचे वांधे; तिथे मोकळी मैदानं, म्हणजे काही तरी भलतंच! करायचीत काय मोकळी मैदानं? तरुण पोरं तेथे खेळणार; पण त्यातून महापालिकेला काय मिळणार? तरुण पिढीचं आरोग्य सुधारल्याचं सर्टिफिकेट?

ग्हणून मुंबई महापालिकेनं विचार केला— ही पोरं फुकटात खेळणार, त्यापेक्षा एखाद्या क्लबला मैदान दिलं, तर उत्पन्न तरी मिळेल. (त्याचं काय करायचं, ते बघू नंतर. पैशाला काय हो... हजार वाटा) याच सद्विचारानं महापालिकेनं एमआयजी क्लबला वांद्र्याचं मैदान काही काळापुरतं दिलं होतं. काळ आला, पण वेळ नव्हती आली; असं म्हणतात. इथं काळही गेला आणि वेळही गेली. ती जागा पालिकेची नव्हतीच म्हणे, म्हाडाच्या मालकीची होती! ती त्यांनी एमआयजी क्लबला विकून टाकली, एमआयजी क्लब उभाही राहिला आणि याचा म्हणे, महापालिकेला पत्ताच नव्हता!

आता क्लबचं म्हणणं, आम्ही मैदान विकत घेतलंय; पालिकेचा या जागेशी आणि व्यवहाराशी काहीच संबंध नाही. यातली गोम अशी आहे की, पालिका सोडा, राज्य सरकारच्या संमतीशिवाय मैदान विकलं जाणं शक्यच नसतं. मग ही संमती देताना सरकार झोपलं होतं, का पालिका झोपली होती? आता भले महापौर डॉ. शुभा राऊळ यांनी या प्रकरणाची चौकशी करण्याची विनंती राज्याच्या सचिवांकडे केलीय; पण त्यातून निष्पन्न होईल ते एवढेच— चौकशीअंती असे आढळून येते की, मुंबईतील मैदानांची वासलात कशी लावावी, याबाबतीत काँग्रेस व शिवसेनेचे एकमत आहे! हा प्रश्न एका

मैदानाचा नाहीय. महापालिकेने अशाच वेगवेगळ्या संस्थांना 'चालवायला' अनेक मैदाने दिली आहेत. तिथे त्या संस्थांनी नेमकं काय 'चालवलंय' याची महापालिकेला (अधिकृत तरी) माहितीच नसावी! ही मैदानं देखभालीसाठी दिली असली, तरी बहुतेक संस्था ती आपल्याच बापजाद्यांची मालमत्ता असल्याच्या थाटात ती वापरत आहेत. त्या संस्थेच्या सभासदांखेरीज इतर 'लुंग्या-सुंग्यां'ना मैदानावर खेळण्यासच काय— चालण्यासही सक्त मनाई असते. मैदानं 'मोकळी' असल्याचं लोकांच्या डोळ्यांवर येऊ नये, म्हणून संस्थांनी भिंती आणि कुंपणं घातलीयत. कुणा 'परक्यां'नी घुसखोरी करू नये, म्हणून पहारेकरीही नेमले आहेत. त्यापेक्षाही दूरदृष्टी असणाऱ्या संस्थांनी नुसत्या मोकळ्या मैदानाची देखभाल करण्यात काय वेळ घालवायचा— असा व्यवहार्य विचार करून त्या जागेवर क्लब... एवढंच काय, स्टेडियम्सही बांधली आहेत. हे पालिकेच्या संमतीशिवाय झालेच कसे? तसे झाले असले, तर ही अनधिकृत बांधकामे पाडून मैदानं पुन्हा मोकळी केली पाहिजेत; नाही का?

पण... हे 'विध्वंसक' कृत्य नगरसेवक कसे करतील? बहुतेक मैदानं त्यांच्याच संस्थांना मिळाली असली, तर? आपलेच दात, आपलेच ओठ असले म्हणजे पंचाईत होते हो!

तरुणांना मोकळी मैदानं हवीत, तसंच नगरसेवकांनाही थोडं 'मोकळं मैदान' हवंच की!

-o-o-o-o-

शालिनीताईंचा 'हायवॉक'

माझा एक सन्मित्र आहे. मी कुठलाही मुद्दा मांडला की, तो त्यानं खोडलाच समजा. डॉ. मनमोहनसिंग यांच्याबद्दल चार चांगले शब्द बोललो, की हा उखडलाच. ''अरे, त्यांचं काय सांगतोस तू? रोज सकाळी उठले की पहिला फोन सोनियाजींना. गुड मॉर्निंग मॅडम— आज मी काय काय करू? एखादं वादग्रस्त विधान करू का? करायचं की नाही मॅडम सांगतात. कारण काही खास वादग्रस्त विधान त्या स्वत:साठी राखून ठेवतात!'' ही सगळी माहिती या गड्याला कोण देतं, तोच जाणे.

या आमच्या संभाषणाला चार दिवस झाले असतील. मी त्या दिवशी सोनियाजींचं कौतुक केलं, तर गडी पुन्हा उखडला. ''अरे, विसर आता सोनियाजींना!'' त्यानं म्हटलं, ''न्यूजवीक वाचलास का?''

''नाही. आमच्याकडे इंग्लिश पेपर येत नाही.''

''माझ्याकडे तरी कुठे येतो? पण बातमी तर येते की नाही?''

''कसली बातमी?''

''अरे, अख्ख्या होल दुनियेतल्या दहा पॉवरबाज बायकांची निवड केलीय त्यांनी. त्यात मायावतींचा नंबर लागलाय बॉस! सोनियांचं नावच काय, आडनावसुद्धा नाहीय— गांधी असून! तू बघच आता! मायावतींचा हत्ती कसा उधळतोय ते! तुम्ही लेको, त्या राखी सावंतचंच 'रिमिक्स' बघत बसा— त्या मायावतींनी काय भन्नाट रिमिक्स केलंय, बघा जरा—''

''आं? मायावतींनी रिमिक्स केलंय? कुठल्या गाण्यावर?'' मी जरा भीतभीतच विचारलं.

''अरे, ते रिमिक्स नाही बावळ्या, मायावतींचं सोशल रिमिक्स आहे- पण आयडिया बघ ना— एका झटक्यात दलितांबरोबर

ब्राह्मणांनाही घातलं ना खिशात? ग्रेट बाई आहे!''

या संभाषणाला दोनच दिवस झाले होते. पुन्हा सन्मित्र भेटला, तेव्हा मी मायावतींचं कौतुक केलं, तरी हा पुन्हा उखडलाच. ''अरे, त्या मायावतींचं काय घेऊन बसलायस,'' मित्रानं म्हटलं, ''महाराष्ट्रात तिची डाळ शिजणार नाही. अरे, महाराष्ट्र म्हणजे मराठ्यांचं राज्य आणि ही बाई मराठ्यांनाच साइडिंगला टाकून महाराष्ट्रात पॉवर घ्यायची म्हणते! शक्य तरी आहे का?''

''खरंय... शरद पवार आहेत तोपर्यंत तरी—''

''अरे, शरद पवारांचं सोड. शालिनीताई पाटलांनी काय हायवॉक केलाय; तुला कल्पना तरी आहे का?''

''हायवॉक? तुला हॅवाक म्हणायचं काय?''

'तेच रे ते. सोनियांच्या पायांवर लोटांगण घालणाऱ्यांना मराठ्यांनी नेता का मानायचं, म्हणून पवारांना टोलाच लगावलाय बाईंनी. तुळजाभवानी रथयात्राही काढलीय! मराठे ओबीसीत जाणार नाहीत, म्हणून ठणकावलंय... अबे... आर्थिक निकषांवरच आरक्षण झालं पाहिजे, असला सॉलिड पॉइंट लावून धरलाय!''

''पण लोक.... म्हणजे मराठे तरी ऐकतील का त्यांचं?''

''ते सोड. पण हा पॉइंट लावून धरणारी पहिली मराठी बाई म्हणून शालिनीताईंचं नाव देशाच्या इतिहासात सुवर्णाक्षरांनी लिहिलं जाणार बघ—''

''मित्रा... हे जरा अतीच होतंय!''

''सुवर्णाक्षरांनी नाही... तर चांदीच्या अक्षरांनी लिहितील... तेही नाही जमलं, तर ब्राँझ अक्षरांनी तरी नक्कीच! वादच नाही!''

मी वाद घातलाच नाही. तूर्त मी एवढंच म्हणू शकतो— 'शालिनीताई आगे बढो— कौन कौन तुम्हारे साथ है, हे मात्र मालूम नाही!'

-o-o-o-o-

सिंग ऑपरेशन

आदरणीय डॉ. मनमोहनसिंगजी,

पयले झूठ तुमचं अभिनंदन— लोकसभेतील विश्वास ठराव जिंकल्याबद्दल. तुम्ही आजवरच्या सगळ्या पंतप्रधानांपेक्षा, म्हणजे सर्वांत कमकुवत होतात, असं डावे-उजवे सगळेच म्हणत होते. सोनियाजींना अगदी लहानपणापासून बाहुल्यांशी खेळायची आवड. त्यामुळे आताही त्यांनी तुम्हाला त्यांच्या हातचं बाहुलंच केलं होतं, असं समजलं जायचं; पण अलीकडे तुम्ही डाव्यांना ठणकावलंत. अडवाणींनाही 'ज्योतिषी बदला' असा टोला हाणलात. चला, निदान बोलका बाहुला तर झालात. आता तुम्ही अमेरिकेशी अणुकरार करायलाही मोकळे झालात. मनमोहनसिंगजी, तुम्हाला आम्ही काही सल्ला देणं म्हणजे तुषार कपूर किंवा रितेश देशमुख यांनी नासिरुद्दीन शहाला अभिनय कसा करावा, याचे धडे देण्यासारखं आहे. पण तुम्ही हुषार असलात तरी चलाख वाटत नाहीत. जंटलमन असल्यानं तुम्ही थोडे भाबडेच वाटता. (आमच सेम असंच होतं!) आपल्यासारख्या जंटलमन लोकांचा, जगातले चलाख लोक फायदा घेतात.

त्यातून ते अमेरिकेचे बुश म्हणजे महाचलाख. तेव्हा त्यांच्याशी अणुकरार करताना जरा ठाम राहा. त्यांना म्हणावं, करार काही फुकटात होणार नाही. अमरसिंहांनी तुम्हाला पाठिंबा दिला किंवा काही फुटिरांनी अज्ञातस्थळी राहून मदत केली, ती फुकटात थोडीच केली? काही ना काही अटी घालाव्या लागतातच. आपलं उखळ जमेल तेवढं पांढरं करून घ्यावं लागतंच. समजलं तर मनमोहन सिंगजी, तुम्ही विसरला असाल कदाचित; पण ते जॉर्ज बुश आणि त्यांचे पिट्टू, भारतीयांबद्दल काय बोलले होते, आठवा. म्हणाले होते, ''भारतीय लोकांच्या हाती पैसा खुळखुळू लागल्याने आता चांगले-चुंगले खाणे त्यांना परवडू लागले आहे. त्यामुळेच जगभरात अन्नटंचाई निर्माण झाली आहे.''

एका स्टोनमध्ये बुश यांनी दोन बर्ड्स मारले होते. एक तर इतके दिवस आपण गरीब असल्यानं शिळ्यापाकं, उरलंसुरलं खाऊन जगत होतो, असं सुचवलंय आणि आता आपण चांगलं-चुंगलं खातोय तर त्यांच्या पोटात दुखू लागलंय. मनमोहनसिंगजी, आपल्या गरिबीची पण त्यांनी टिंगल केलीय आणि प्रगतीची पण खिल्ली उडवलीय. अरे, आम्ही मीठ-भाकर खाऊन दिवस काढत होतो, तेव्हा तुम्ही आम्हाला लाल गहू देत होतात. त्या खाल्ल्या गव्हाला जागायचं म्हणून आम्ही इतके दिवस गप्प राहिलो. बुश हेच जर बाळासाहेब ठाकरेंसमोर बोलले असते, तर त्यांनी थेट ''आम्ही काय तुमच्या बापाचं खातो का?'' असंच त्यांना ठणकावलं असतं. पण तुम्ही पंतप्रधान आहात, तेव्हा तुम्हाला ठाकरेंची भाषा वापरून चालणार नाही.

तुम्हाला शास्त्रोक्त माहिती, आकडेवारी देऊन मुद्देसूद बोलायची खोड आहे; तर ही घ्या माहिती. मनमोहनसिंगजी, अहो, अमेरिकी माणूस हाच खादाड आहे. रोज दोन अडीच हजार किलोकॅलरी खाणं पुरेसं असूनही तो रोज तीन हजार ७४७ किकॅ खातो. बरं, खातो ते खातो; त्यासाठी इंधनही खलास करतो. अमेरिकेत १९ टक्के इंधन हे या हावरटपणापोटी जाळलं जातं. त्यातही मांसाहार आणि जंक फूड यासाठी इंधन फुक्कट जळतं. त्यांना जाब विचारा. जगभर इंधनटंचाई असताना ही उधळपट्टी तुम्हाला शोभते का? खबरदार म्हणावं— पुन्हा भारतीयांच्या खाण्यावर बोललात तर! अलीकडे मीडियावाले स्टिंग ऑपरेशन करतात. तुम्ही अमेरिकेला असं ठणकावलं की, जगभर ते सिंग ऑपरेशन म्हणून गाजलं पाहिजे बघा. काही अडचण आली, तर मला मोबाईल करा. माझा मोबाईल नंबर तुम्हाला अमेरिकेतच बे एरिया महाराष्ट्र मंडळाच्या संदीप देवकुळेंकडे मिळेल. मी विश्व मराठी संमेलनाला गेलो, तर मीही बुशना समक्ष भेटेनच. ऑल दि बेस्ट!...

-o-o-o-o-

अमेरिकन शिमगा

आपण उगाच आपल्या देशाला नावे ठेवतो. का? तर, कुठलीही निवडणूक जवळ आली की, सर्व पक्षांचे नेते आचारसंहिता गुंडाळून ठेवतात आणि एकमेकांवर चिखलफेक करतात. खालच्या दर्जाचा प्रचार करतात. तसं हे खरंच आहे म्हणा. राष्ट्राध्यक्षपदासाठी अचानक प्रतिभा पाटील यांचं नाव पुढे आले, तेव्हा भारतीय संस्कृतीचा टेंभा मिरवणारा भाजपसुद्धा कुठल्या पातळीला जाऊन विरोध करीत होता, हा इतिहास ताजा आहे. ही व्यक्ती, ही स्त्री, उद्या देशाची राष्ट्रपती होणार आहे, हे निश्चित आहे; तर भावी राष्ट्रपती स्त्रीबद्दल आज काय बोलावं, कसं बोलावं याचं तारतम्य कुणीच ठेवलं नव्हतं. इतर सर्वच म्हणजे गल्लीपासून दिल्लीपर्यंतच्या निवडणुकांमध्ये यथेच्छ शिमगा, होळी, धुळवड, चिखलफेक केली जातेच. प्रतिस्पर्धी उमेदवाराच्या पूर्वायुष्यातील भानगडी, कुलंगडी शोधून काढण्यासाठी बहुधा पक्षातर्फे काही गुप्तहेरांना नेमत असावेत.

पण आता मात्र आपण भारतीयांनी या निवडणूक प्रचारातील होळी, शिमग्याची अजिबात शरम वाटून घ्यायला नको. उमेदवार चिखलफेक करतात. आपल्याला वाटतं, भारतात खूप चिखल असतो, म्हणून फेकत असावेत तसं काही नाहीय. अमेरिका हा तर सर्वांत पुढारलेला देश, पण अमेरिकेत चिखल सहजासहजी मिळत नसूनही तिथले उमेदवारही भारतीयांना लाजवेल अशी चिखलफेक करीत आहेत. अमेरिकेच्या अध्यक्षपदाची निवडणूक जवळ येत आहे.

रिपब्लिकन व डेमोक्रॅटिक पक्ष आपल्याकडच्या काँग्रेस-भाजप प्रचार शिमग्यापेक्षा सुपर शिमगा करीत आहेत. इंग्रजीत प्रचार केला म्हणजे तो उच्च दर्जाचा असतो, अशी आपली भाबडी समजूत असते. तसं काही नसतं. इंग्रजीतही मस्त चिखलफेक करता येते. एकमेकांसाठी कुत्रा, डुक्कर अशी शेलकी विशेषणं

वापरण्यामध्ये स्पर्धाच सुरू झाली आहे.

अध्यक्षपदाच्या शर्यतीतून हिलरी क्लिंटन यांनी माघार घेतली आणि ओबामांना पाठिंबा दिला. हिलरी मॅडम रिंगणात नसल्याचा फायदा घेण्यासाठी रिपब्लिकन पक्षाने उपाध्यक्षपदासाठी सारा पॉलिन या मॅडमना उभं केलंय. कोण या प्रतिभा पाटीलप्रमाणेच 'कोण या सारा पॉलिन' असं विचारलं गेलं. पण सारा पॉलिन या फुटकळ वाटणाऱ्या बाईंना एकदम घसघशीत प्रतिसाद मिळालेला पाहून ओबामा यांनी 'डुकराला लिपस्टिक लावली तरी अखेर ते डुक्करच' असलं सनसनाटी विधान केलं. त्यांनी डुकरीण म्हटलं नसलं तरी 'लिपस्टिक' शब्दामुळे त्यांचं विधान 'लिंगभेदी' असल्याचं म्हटलं जातंच. याउलट सारा पॉलिन यांनी ओबामांना उद्देशून 'पिटबुल टेरिअर' असं गोंडस विशेष दिलंय. ही म्हणे, कुत्र्यांची संकरित जात असते. या जातीची कुत्री लिपस्टिक लावत नसावीत.

ही वैयक्तिक शेरेबाजी नसून हे राजकीय वाक्प्रचार असल्यामुळे त्याने कुणाच्या भावना दुखावण्याचं कारण नाही, अशीही मखलाशी केली जातेय. सारा, ओबामांच्या नसतील दुखावल्या जात; पण त्यांना उद्देशून आपलं नाव घेतलं जातंय, यामुळे डक्कर व कुत्र्यांच्या भावना दुखावल्या जात असतील तर? सोचने, की बात है!!

– ० - ० - ० - ० –

भीक महागणार!

महागाईचा भडका! भाज्यांचे भाव कडाडले! सामान्य जनतेचे पेकाट मोडले! असे ठळक मथळे पेपरमध्ये अधून-मधून झळकत असतात. 'हाय हाय महंगाई! तू कहाँसे आयी, तुझे क्यूँ मौत न आयी' असं एक गाणंही आहे. महागाईला कधीच मरण नसतं! ते जाऊ दे - आपला मुद्दा महागाईमुळे सामान्य जनतेच्या सध्या मोडलेल्या पेकाटाचा आहे. इथे एक गोची आहे. सगळे पेपरवाले वाढत्या महागाईमुळे गोरगरीब कसे रंजले-गांजले आहेत, याच्या हृदयस्पर्शी कहाण्या छापत असतात. गोरगरिबांना निदान पेपरवाले तरी वाली असतात हो; पण देशातल्या भिकाऱ्यांचं काय? भिकाऱ्यांचा कुणी विचारच करत नाही! खरं तर भिकाऱ्यांचंच खरं 'हातावर पोट' असतं. हात पसरा आणि पोटाची खळगी भरा!

पण या जगात सहृदय लोक फार थोडे असतात. भिकाऱ्यांनं हात पुढं केला, तर चार-आठ आणे टाकायचे सोडून उलट प्रश्न विचारतात, 'हात पाय धड आहेत तर भीक कशाला मागतोस? हमाली करून पोट भर!' बघितलंत— केवढं उद्धट बोलतात लोक? चवली-पावलीची भीक मागावी तर लाख मोलाचा सल्ला फुकटात मिळतो.

हमाली करणं काय सोपं असतं? लोकांची ओझी उचलायची आणि पुन्हा हमालीसाठी हुज्जत घालायची! लोकांना हेच कळत नाही की, प्रत्येकाचा जीवनविषयक दृष्टिकोन वेगळा असतो. म्हणतात ना, व्यक्ती तितक्या प्रकृती! काही जणांचा कष्ट करायचा पिंडच नसतो. अशांना फुकटात पैसे मिळवायचे असतात.

जीवन म्हणजे अळवावरचं पाणी... आपण काय आज आहोत, उद्या नाहीत. हे त्यांचं तत्त्वज्ञान असतं. त्यामुळे भीक मागून आलेला दिवस घालवायचा, असं त्यांचं धोरण असतं. कुठलाही खानदानी किंवा जातिवंत भिकारी रोजच्या पोटापुरत्या

गरजेपेक्षा जास्त भीक मागत नसतो. आज कमवा... सॉरी, आज फुकट पैसे मिळवा आणि आजच उडवा! भिकारी उद्यासाठी बचत करत नसतात. उद्याची भीक उद्या! पण ही महागाई भडकली की, रोजच्या भिकेनं भागत नाही. महागाईमुळे भिकाऱ्यांचंही कंबरडं मोडतं, इकडे कुणाचं लक्षच नसतं. आजवर कुठल्याही पेपरात 'महागाईमुळे भिकाऱ्यांची दैना' असा मथळा आलाय कधी? बरं, पेपराचं जाऊ द्या; भिकाऱ्यांना पब्लिसिटीत इंटरेस्ट नसतोच. त्यांना भिकेशी मतलब. पण भीक घालणाऱ्यांनी तरी वाढत्या महागाईचा विचार करायला नको का? चार आणे तर कटापच झालेत, म्हणून आठ आणे हाच भिकेचा रेट असतो. अशा चिल्लर भिकेत भिकाऱ्यांचं, त्यांच्या वाढत्या पोरवड्याचं पोट कसं भरणार? म्हणूनच वाढत्या महागाईमुळे त्रस्त झालेल्या बांगलादेशातील भिकाऱ्यांनी संघटित होऊन एक 'रॅली' काढली आणि भिकेच्या रकमेचा किमान दर निश्चित केला जावा, अशी मागणी केलीय. ग्रेट! भारतातल्या भिकाऱ्यांनीही ही मागणी उचलून धरावी. भीक मागून मंत्र्यांना हैराण करावे व दबाव आणून 'भिकेचा मिनिमम रेट' फिक्स करून घ्यावा. त्यापेक्षा कमी भीक देणाऱ्या नागरिकांना जागेवरच दंड केला जावा व ती रक्कम 'भिकारी फंडात' जमा केली जावी. खरं तर भिकाऱ्यांना सरकारनं बूथ बांधून द्यावेत, म्हणजे भिकाऱ्यांना वणवण फिरायला नको. नगरसेवकांच्या सौजन्यानं बूथवर बोर्ड लावावेत— 'इथे भीक स्वीकारली जाईल. वाढत्या महागाईमुळे पाच रुपयांपेक्षा कमी भीक स्वीकारली जाणार नाही— हुकमावरून!'

-०-०-०-०-

ड्युटी आणि ब्युटी

तुम्हाला अंदरकी बात सांगतो. छे! छे ही अंदरकी बात म्हणजे कुठल्या बनियनची बात नव्हे, आतल्या गोटातली बातमी आहे.

सलमान खान, आमीर खान, शाहरुख खान, झालंच तर ह्रतिक खान— सॉरी, ह्रतिक रोशन. सगळे आज महेंद्रसिंह ढोणीवर जळत बसलेयत. एकट्या ढोणीनं सगळ्या बॉलिवूडच्या सुपरस्टारांची गोणी बांधून त्यांना साइडिंगला टाकलंय. होनी को अनहोनी कर दे, अनहोनी को होनी; एक अकेला काफी है अब महेंद्रसिंह ढोणी!

झालं काय? अहो, भारतातल्या तमाम तरुणींच्या दिलाची धडकन बनून राहिलाय महेंद्रसिंह ढोणी. एक काळ होता, जेव्हा राजेश खन्ना सुपरस्टार होता. त्याच्यावर महिला फॅन्स इतक्या फिदा होत्या की विचारू नका. एका कॉलेजच्या गॅदरिंगात राजेश खन्ना चीफ गेस्ट म्हणून येणार होता. पोरींनी प्राचार्यांकडे आग्रह धरला, कॉलेजच्या गेटपासून स्टेजपर्यंत राजेशसाठी रेड कार्पेट घालण्याचा. प्राचार्यांनी ऐकलं नाही. पोरींनी काय करावं? त्या दिवशी सगळ्या पोरी कार्पेटसारखे लाल ड्रेस घालून आल्या आणि गेटपासून स्टेजपर्यंत त्याच रेड कार्पेट झाल्या!

एका पोरीनं राजेशकडे ऑटोग्राफसाठी वही पुढे केली. राजेशने पेन मागितलं. पोरीनं पर्समधून बटणचाकू काढला. राजेशला चाकू देत स्वत:चं कपाळ दाखवीत म्हटलं— यहाँ खूनसे ऑटोग्राफ करे. पोरी एवढ्या पागल होत्या. नंतर अमिताभ आला. पण तो होता अँग्री यंग मॅन. त्याच्यावर रेखा जितकी फिदा झाली, तेवढ्या काही पोरी फिदा झाल्या नाहीत.

आताच्या पोरींचा लाडका म्हणजे शाहरुख. मग ह्रतिक, मग सल्लू. पण ढोणी आला, त्यानं बॅट परजली आणि त्यानं जिकलं. बॉलिवूडच्या सुपरस्टारांना ठेंगा दाखवून महिला फॅन्स

ढोणीभोवती गराडा घालू लागल्या. त्यात गेल्या वर्षी ईडन गार्डन्सवर हसिना नसरीननं ढोणीला जबरदस्तीनं आलिंगन दिलं. यापूर्वी मैदानात एका पोरीनं ब्रिजेश पटेलचं चुंबनच घेतलं होतं. नशीब ढोणीचं— आलिंगनावर निभावलं.

पण त्यामुळं ढोणीनं पोरींचा धसकाच घेतलाय. त्यानं त्या दिवसापासून उपासच सुरू केलाय. म्हणजे खाण्याचा नव्हे, पाहण्याचा. वर्ष होत आलं, ढोणी थेट मुलींकडे बघतच नाही. समोरून मुलगी आली की डावीकडे एकदा व उजवीकडे एकदा, अशी नजर वळवतोय. एवढंच काय, आता त्याच्या घराभोवती गिरक्या घालणाऱ्या पोरींना हुसकावून लावण्यासाठी महिला पोलिसांचा खडा पहारा ठेवण्यात आला आहे. या पोलिसांकडे बंदुकाही आहेत. आता कुठल्या पोरीला ढोणीला मिठी मारायची असेल, तर जीवावर उदारच व्हावं लागेल.

पण मजा म्हणजे पहाऱ्यासाठी नेमलेल्या पाच महिला— सॉरी, पाच महिला पोलीस मात्र सॉलिड खूश आहेत. एक कॉन्स्टेबल तर बोलली, हेवा वाटावा अशी आमची ड्युटी आहे; नाही का? पण हाय... सकाळपासनं तो बाहेरच आलेला नाही.

बाहेर पोलीसही महिलाच आहेत— हे कळल्यामुळे ढोणीनं आतच कोंडून घेतलंय. अरेरे ...बिचारा ढोणी, बिचाऱ्या महिला फॅन्स आणि बिचाऱ्या महिला पोलीस. त्यांचं म्हणणं— लेट अस डू अवर ड्युटी प्लीज. ढोणी मात्र म्हणतोय, नो ब्युटी प्लीज। ये भी कोई जीना है लल्लू?

-०-०-०-०-

थपडा मारो

गिनीज बुकात आपलं नाव जावं— आपलं नावच नव्हे, तर आडनावही अजरामर व्हावं, म्हणून जगभर लोक काय वाटेल ते करत असतात. कुणी ट्यूबच्या काचा कचाकचा खातात. कुणी सगळ्या अंगभर गोंदून घेतात. कुणी कानानं पाणी पितात. ठीक आहे हो, कानानं नव्हे नाकानं पीत असतील; पण आज पीत नसले, तरी उद्या कानानं पाणी पिणार नाहीत कशावरून? कुणी कानानं पाणी पिऊ लागला की दुसरे मग कानानं चहा पितील, लस्सी पितील. काहीही करा— पण गिनीज बुकमध्ये नाव गेलं पाहिजे.

तसेच इतर काही मंडळी असतात, ती लोकांचं लक्ष वेधून घेण्यासाठी काही तरी तिरपागडं करीत असतात. राजकारणात तर अशी मंडळी बरीच असतात. इंदिरा गांधींना पराभूत करणारे ते राजनारायण तर 'उस्तादों के उस्ताद' होते. ते म्हणे झाडावर चढून भाषणे देत. लोक तर ऐकतच, पण माकडेबिकडेसुद्धा ऐकत. फक्त माकडांची नावं मतदारयादीत नसत, एवढंच.

सांगण्याचा मुद्दा, काही तरी जगावेगळं करा. आजकाल आंदोलनांमध्येही बरीच व्हारायटी येऊ लागली आहे. कारण काही तरी तिरपागडं आंदोलन केल्याशिवाय लोकांचं आणि माध्यमांचं लक्ष कसं वेधलं जाणार? अलीकडे भीक मागो आंदोलन बरंच लोकप्रिय झालं आहे. सरकारी तिजोरीत ठणठणाट आहे. गरीब सरकारला मदत करा. भीक वाढा मायबाप, असं म्हणून विरोधी पक्षाचे कार्यकर्ते रस्त्यावर भिका मागतात. हे दळभद्री लक्षण आहे. पण जितकं आंदोलन दळभद्री, तेवढी त्याची प्रसिद्धी. पण इथे एक गोम आहे. भीक ही काही दुसऱ्याच्या वतीनं किंवा दुसऱ्यासाठी मागायची नसते; स्वत:साठी भीक मागायची असते, एवढा साधा भिकाऱ्यांचा नियमसुद्धा या आंदोलकांना कळत नाही. शिवाय त्यांचे

फोटो पेपरात येतात. लोकही त्यांना भीक देतात. यात खऱ्या भिकाऱ्यांच्या भावनांचा कुणी विचारच करीत नाहीत. त्यांची पंचाईत होते हो. ते म्हणतात, ऊठसूट अशी शिकलेली माणसं भीक मागायला लागली, तर आम्ही कुठं जायचं हो? त्यांचा पॉइंट एकदम बरोबर आहे. अशा आंदोलनानं जी काही पंचवीस-तीस रुपयांची चिल्लर भीक जमत असेल, ती सरकारकडे जाते थोडीच? आणि गेली, तरी त्यामुळं सरकारी तिजोरी किती भरणार? लाक्षणिक आंदोलन करत बसण्यापेक्षा एवढी प्रसिद्धीची हौस असेल तर भीक मागावी. पण नंतर ती खऱ्या भिकाऱ्यांनाच देऊन टाकावी. भिकेवर खरा हक्क त्यांचाच असतो. बसल्या जागी अशी भीक मिळाली, तर भिकारी खूश होतील. प्रसिद्धी मिळाली म्हणून आंदोलकही खूश.

अरे हो, आजकाल मुन्नाभाईमुळे गांधीगिरीचा जमाना आला आहे. गांधीवाद शब्द गायबच झाला. दादागिरी, चमचेगिरी, तशी गांधीगिरी. गंमत म्हणजे, मुन्नाभाई एमबीबीएससारखे पिक्चर वगैरे न बघणारी अंधश्रद्धा निर्मूलनवाली डॉ. नरेंद्र दाभोलकर आणि मंडळीही गांधीगिरीच्या मोहात पडलीयत. जादूटोणाविरोधी कायदा संमत व्हावा म्हणून त्यांनी थपडा मारो आंदोलनं सुरू केली. नो जेल भरो, ओन्ली थपडा मारो! या आंदोलनात एकूण २० लाख थपडा मारून घेणार आहेत. अरे, कुणी तरी या गिनीजवाल्यांना कळवा नाही, तर एवढ्या थपडा फुकट जातील हो! ते नीट मोजतील तरी!

-०-०-०-०-

संन्यास

आम्ही बुचकळ्यात पडलो आहोत. यात नवीन काय, असं तुम्ही म्हणाल. आहे तर! बुचकळ्यात पडायचं कारण नवं आहे. या वेळी आम्ही 'संन्यासा'मुळे गोंधळलो आहोत. संन्यास म्हणजे नेमकं काय हो? संन्यास म्हणजे संसारसुखावर सणसणीत लाथ हाणायची, अंगाला (गार झालेली) राख फासायची, जुन्या बाजारातून एखादा कमंडलू घ्यायचा आणि खडावा घालून थेट हिमालयाचा रस्ता धरायचा— अशी आपली समजूत. आणि हो, मुख्य म्हणजे भगवी कफनी घालायची. पण ही फक्त वेशभूषा झाली. नाटक-चित्रपटात संन्यासी दाखवतात तो असा. गळ्यात रुद्राक्षांच्या माळा. तिकडे हिमालयात काही कटिंग सलून नसतं. त्यामुळे दाढी, जटा आपोआप वाढतात. तेल नसल्यामुळे त्या राठही होतात.

अरे, सॉरी— हा फक्त पुरुषी गेटअप झाला. स्त्रियासुद्धा संन्यासिनी होऊ शकतात. असतातच. पण संन्याशाचं मुख्य लक्षण म्हणजे सर्वसंग परित्याग. सोने, चांदी आम्हा मृत्तिकेसमान. जागतिक बाजारात सोन्याचा भाव घसरला किंवा वधारला तरी संन्याशांना काय फरक पडतो हो? आणि एक मुख्य गोष्ट म्हणजे काम, क्रोध, लोभ, मद, मोह, मत्सर या षड्रिपूंवर संन्याशानं विजय मिळविलेला असतो. असाच असतो ना खरा संन्यासी?

म्हटलं, भाजपवाल्यांना विचारावं. कारण त्यांचा संस्कृत आणि संस्कृतीचा अभ्यास दांडगा. पण तेही शेवटी राजकारणीच. संन्यासाचा ते सोईस्कर अर्थच सांगणार.

तुम्हीच बघा ना, संन्याशाचा राजकारणाशी काय संबंध? हे म्हणजे एखाद्या वारकऱ्यानं मासळी बाजारात घुसण्यासारखं. पण भाजपवाले त्या बाबतीत चतुर. त्यांनी उमा भारती या संन्यासिनीला थेट निवडणुकीत उतरवलं. उमा भारतीचं भाषण आम्ही ऐकलं आहे. त्यांच्या तोंडून विरोधकांबद्दल बोलताना 'हिजडोंकी फौज'

असे जळजळीत शब्द ऐकून आम्ही आणखीनच बुचकळ्यात पडलो होतो, पण या आक्रमक संन्यासिनी भाजपच्या 'स्टार प्रचारक' झाल्या. बघता-बघता त्या मध्य प्रदेशाच्या मुख्यमंत्रीही झाल्या. संन्यासिनी सत्तेवर आली. जय माता दी— लेट्स रॉक!

पण सत्ता काही संन्यासिनीसारखी 'स्थिर' नसते. ती चंचल असते हो. सत्ता आली आणि गेलीही. उमा भारतींनी भाजपच्या बैठकीतच थयथयाट केला. नंतर तर पक्षही सोडला. मग नवी पार्टी काढली. आपल्याच एका कार्यकर्त्याच्या श्रीमुखात भडकावली. अलीकडच्या निवडणुकीत 'भाजपला संपवीन', अशी सूडाची भाषा वापरली. प्रचारात त्यांनी घोषणा केली, ''माझा पराभव झाला तर राजकारण सोडून संन्यास घेईन आणि केदारनाथला निघून जाईन.'' केदारनाथला त्यांनी एका गुहेचं 'ॲडव्हान्स बुकिंग'ही केलं म्हणतात. पण कसलं काय! त्या निवडणुकीत सपशेल पडल्या तरी म्हणताहेत, षडयंत्र करून मला पाडले. मी राजकारण का सोडू?''

संन्यासिनी 'राजकारण संन्यास' घ्यायला तयार नाहीय. म्हणजे 'निवडून द्या, नाही तर संन्यास घेईन' ही धमकीच होती का? संन्यासिनी धमकीही देते का? संन्यास हा असा सोईस्कर असतो का हो? काही असो. आम्हीही आमच्या प्रकाशकांना बजावू इच्छितो— वर्षभरात आमची 'पेन्डिंग पुस्तकं' प्रकाशित केली नाहीत, तर आम्हीही लेखनसंन्यास घेऊ. केदारनाथच्या यात्रेचं आम्ही बुकिंग करून ठेवलं आहे, सांगून ठेवतो!

-०-०-०-०-

मधुचंद्र

प्रेम! ही अडीच अक्षरे एकदा का पेटली की, अक्षरश: उत्पात घडवून आणतात. प्रेमाबद्दल जगातल्या सगळ्या भाषांमध्ये जेवढं लिहिलं गेलंय, ते एकत्र केलं तर (शाळकरी निबंधाच्या भाषेत); समुद्राची शाई केली, हिमालयाचा बोरू केला आणि अख्ख्या आभाळाचा कागद केला तरी पुरणार नाही! हुश्श!!

ते काहीही असो; आपल्या बॉलिवूडच्या गाण्यांमधलं प्रेम हे रेकॉर्डब्रेक प्रेम आहे. हिंदी पिक्चरची गाणी ऐकतच भारत देशातील मुलं-मुली प्रेम कशाशी खातात, हे शिकतात. पूर्वी हे प्रेम 'प्यार दिवाना होता है मस्ताना होता है' असं सौम्य होतं. आता ते 'कंबख्त इश्क'पर्यंत जाऊन पोहोचलंय. या सिनेमावाल्यांनी प्रेमाचीच कंबख्ती भरलीय. 'कह दो के तुम हो मेरी वरना, जीना नहीं मुझे है मरना.' असला सज्जड दम हिंदी हीरो हिरोईनींना भरत असतात. आधी त्या हिरोईनी भाव खातात, 'जा, मर मुड्द्या' असा पवित्रा घेतात. मग हळूहळू प्रेमाला शरण जातात.

प्रेमाचा भाव हा कायमच गगनाला भिडलेला असतो. क्षण एक पुरे प्रेमाचा वर्षाव पडो मरणाचा– असलं 'सॉलिड' असतं हे प्रेम. अलीकडे हे प्रेम जरा स्वस्त झालंय की काय, अशी शंका येते. राज कपूरच्या बॉबीमधली डिंपल त्या ऋषी कपूरला 'मुझसे दोस्ती करोगे?' असं थोडं निरागस, थोडं रोखठोक विचारते. बॉबीनंतर तशी लाटच आली. बँकेत सहीसाठी एखाद्याकडं पेन मागावं, तशाच स्टाईलीत पोरं पोरींना प्रेम मागू लागली. 'व्हॅलेन्टाईन्स डे'ला पाच-दहा रुपयांत गुलाब देऊन प्रेम व्यक्त करू लागली. प्रेम असं सर्वसामान्य तरुण-तरुणींना परवडू लागलं.

पण प्रेम सोपं नसतं. ये इश्क नहीं आसाँ, ये आग का दरियाँ है. प्रेम हा रोग असतो. मैंने प्यार करके नींद खोयी-चैन खोया... अशी अवस्था होते. पॉकेटमनी चटणीसारखा संपतो.

मोबाईलचा टॉकटाईम खाड्कन खलास होतो. परीक्षांमध्ये बङ्च्याबोळ उडतो. प्रेमात पडणारे अक्षरश: गटांगळ्या खात असतात. प्रेमात माणसं वेडी होण्याची दाट शक्यता असते. अगदी वेडी होऊन कपडे फाडतात, दगडं मारतात असं नाही; पण वेडी होतातच. प्रिय व्यक्तीसाठी घरादारावर लाथ मारतात. अनेकांचे पाय लचकतात, तरीही प्रेमिकाबरोबर पळून जायला प्रेयसी एकेका पायावर तयार असतात.

प्रेमापुढे सत्ता, सिंहासनसुद्धा तुच्छ असतं. आमचा इतिहास खूपच कच्चा आहे, नाही तर प्रेमासाठी सिंहासन लाथाडणाऱ्या प्रेमिकांच्या उदाहरणांचा खच पाडला असता. पण इतिहासाची बात कशाला— आजचं 'करंट अफेअर'च बघा ना.

हरयाणाचे उपमुख्यमंत्री चंद्रमोहन हे जनाब भजनलाल यांचे सुपुत्र. त्यांना स्वत:ला एक पत्नी व तीन सुपुत्र! पण हे उपमुख्यमंत्री अचानक गायब झाले. महिना... दोन महिने झाले; पत्ताच नाही! कुठे गेले? कुठे गेले? अखेर मीडियानं त्यांना शोधून काढले. चंद्रमोहन यांनी गायब होऊन चक्क दुसरे लग्न केले. ते करता यावं, म्हणूनच धर्म बदलला, नावही बदललं. ४५ वर्षांचे चंद्रमोहन आता चांद मोहंमद झाले आहेत. त्यांना मंत्रिमंडळातून डच्चू मिळाला. म्हणून काय झालं— चंद्रमोहनचा प्रेमिकेबरोबर मधुचंद्र तर झाला...? सॉरी, चांद मोहंमद जनाब का मधुचाँद तो हो गया!

-०-०-०-

काय तुझ्या मनात?

'झाकली मूठ सव्वा लाखाची!' ही एक लाखमोलाची म्हण आहे. पण लोक ऐकत नाहीत. दांडगाई करून झाकलेली मूठ उघडतात. सव्वा लाख कुठले, चार-आठ आणेही नसतात; फक्त चिंचुकेच दिसतात. सगळं मुसळ असं केरात जातं. म्हणूनच मूठ झाकलेलीच बरी असते.

तसंच गांधी टोपीचं. राजकीय नेतेमंडळी डोकं लढवतात. त्यांच्या डोक्यात काय चाललंय, हे कुणी न विचारणंच बरं. 'या टोपीखाली दडलंय काय' ही उत्सुकता असणं स्वाभाविक आहे. पण जे काही असतं, ते दडलेलंच बरं असतं. राज्यसभेची निवडणूक असो की विधान परिषदेची... सत्ताधारी पक्षाची काही मतं हमखास फुटतात. कारण त्यांच्याच आमदारांच्या टोप्या फिरतात. पण नेमक्या कुठल्या टोप्या फिरल्या, याचा जाम पत्ता लागत नाही. माणसाचं मन हे तर कधीही न सुटणारं कोडं असतं. समोरच्याच्या मनात काय चाललंय, हे समजतच नसतं. समजत नसतं, तेच खरं म्हणजे बरं असतं. बायकोला जर नवऱ्याच्या मनात काय चाललंय, बॉसला जर स्टाफच्या मनात काय चाललंय, सरांना जर पोरांच्या मनात काय चाललंय; हे कळू लागलं तर केवढा गदारोळ होईल! आपल्याला रोज अदबीने 'गुड मॉर्निंग सर' म्हणणारी रिसेप्शनिस्ट मनात 'आला टिनपाट' असं म्हणत असते— हे कळलं तर? गंमत म्हणजे बॉसही मनात गुणगुणत असतो, 'काय तुझ्या मनात, सांग माझ्या कानात'; तेव्हा मनातलं मनातच राहिलेलं बर असतं.

तरीही काही संशोधक मंडळी मानवी मनात डोकावण्याचा खटाटोप करीत असतातच. पण बेटं मन दाद देतंय थोडंच? अहो, मन नेमकं असतं कुठं, इथपासूनच गोंधळ असतो. काही संमोहनतज्ज्ञ म्हणतात, माणसाचं मन शरीरभर असतं. काहींचा मेंदू गुडघ्यात असतो. तसंच मनही गुडघ्यात, ढोपरात, नाकात, कानात— असं

सगळीकडे पसरलेलं असतं, म्हणे. गुडघ्यातल्या मनात एक, तर ढोपरातल्या मनात दुसरंच चालू असेल बहुधा. म्हणूनच जयवंत दळवी मनाला अरबी समुद्र म्हणत असत. अथांग महासागर. शहाण्या माणसानं डुबक्या मारूच नयेत. तरीही हल्ली काही टेस्ट्स निघाल्या आहेत. लाय डिटेक्टर टेस्ट! हिलाच 'किलर्स पॉलिग्राफ' म्हणतात. हाताच्या बोटांना लावा इलेक्ट्रोड. (तिथेच तर झाकली मूठ असते ना!) शिवाय ब्रेन मॅपिंग करतात. तेवढ्यानंही भागलं नाही, तर ती नार्को टेस्ट असतेच. मन उचकटून बघण्याचा खटाटोप. थोडं फार सत्य हाती लागतंही, पण या चाचण्या तूर्त तरी पोलीसच वापरतात; गुन्हेगारांसाठी. प्रेमासाठी नार्को-बिर्को नाही केलं जात. ते सुरू झालं, तर बहुतेक प्रेमिकांचा निकालच लागेल.

समोरच्याचं सोडा, स्वतःचं प्रेम खरं आहे की नाही आणि ते टिकेल की नाही, यासाठी ग्लेन रोजमन या संशोधकानं प्रेमाचा संबंध थेट घामाशी जोडलाय. प्रेमपात्राशी बोलताना तुम्हाला घाम येत असेल, तर समजायचं— तुमचं प्रेम टिकाऊ नाहीय. नो चान्स. परफेक्ट. एकदम करेक्ट. आजवर आमचं कुठलंच प्रेम का टिकलं नाही, याचा पूर्ण उलगडा झालाय. सुंदर स्त्री दिसली की नव्या जोमानं आम्ही प्रेमात पडतो. पण ते व्यक्त करताना सॉलिड घाम फुटतो. कसं टिकणार प्रेम? छे, छे! आजवर प्रेमात आम्ही जेवढा घाम गाळला, तेवढा जर कामात गाळला असता, तर आज कुठल्या कुठे पोहोचलो असतो! पण नियतीच्या मनात काय आहे, कसं कळणार? तिला 'नार्को' थोडीच लावता येते!

– ०ꞏ–ꞏ०ꞏ–ꞏ०ꞏ–

लाच घ्या, काम करा!

पिंपरी-चिंचवड महापालिका ही आशियातील सर्वांत 'श्रीमंत' महापालिका आहे, असे म्हणतात. श्रीमंत महापालिकेचे नगरसेवक गरीब राहून कसे चालतील? मान्य आहे, नगराची सेवा करण्याच्या उदात्त हेतूनंच धडाडीचे कार्यकर्ते नगरसेवक होतात. पण ते काही फुकटात होत नाहीत... त्यांना निवडून यावं लागतं. निवडणूक म्हटल्यावर खर्च आलाच... आणि तिथं काय हो— कराल तेवढा खर्च कमीच. त्यातही दाखवायचा खर्च वेगळा आणि प्रत्यक्षात करायचा वेगळा. सेवा करण्याची संधी मिळावी, म्हणून निवडणुकीत नगरसेवक पाण्यासारखा पैसा ओततात. तेव्हा कुठं नागरिकांना विश्वास वाटतो, की आहे बुवा— या गड्याच्या अंगात 'पाणी' आहे. याला निवडून दिलं, तर निदान आपला पाण्याचा प्रश्न सुटेल. लोकशाहीत प्रत्येक मताला 'किंमत' असते. नगरसेवकांना हे पक्कं माहिती असतं. विशेषत: झोपडपट्टीतल्या, चाळीतल्या मतांची किंमत तर रोख मोजली जाते. तेवढेच गरिबांच्या घरी चार पैसे जातात.

याशिवाय वॉर्डातल्या प्रत्येक घरात जाऊन-जाऊन उमेदवारांचे पाय सुजतात, प्रत्येकाला जोडून-जोडून हात सुजतात, भाषणं ठोकून घसे बसतात... तेव्हा कुठं सेवेची संधी मिळते. पण केलेल्या खर्चाची वसुली तर व्हायला हवी? बरं, गरिबांकडून अशी काय वसुली होणार? मग त्यासाठी महापालिकेचे ठेकेदार हे हक्काचे असतात. ठेकेदार पैसेवाले असतात. कुणीही ठेकेदार झोपडपट्टीत राहत असल्याचं ऐकिवात नाही. तरीही पिंपरीत वॉर्डातील साफसफाईचे काम करणाऱ्या महापालिकेच्या ठेकेदारांकडून बिल मंजूर करून देण्यासाठी वीस हजार रुपयांची लाच घेताना काँग्रेसचे नगरसेवक अख्तर हुसेन चौधरी आणि मुख्य आरोग्यनिरीक्षक जे. जे. गायकवाड या दोघांना लाचलुचपत प्रतिबंधक विभागानं सापळा लावून म्हणे

रंगेहाथ पकडले.

छट्— आपल्याला नाही पटलं. अरे, तिकडे बिबटे माणसांच्या वस्तीत घुसून धुमाकूळ घालताहेत, त्यांना पकडा. सापळा लावून बिबटे पकडायचे सोडून नगरसेवकांना काय पकडताय? चौधरींनी ठेकेदाराकडे लाच थोडीच मागितली होती? त्या ठेकेदारानं काम घेतल्यापासून चौधरींना त्यांची 'टक्केवारी' दिलीच नव्हती. ती 'टक्केवारी' मागितली, हा काय चौधरींचा गुन्हा आहे? हा तर शिरस्ताच आहे! नगरसेवकांना टक्केवारी दिल्याशिवाय बिलं मंजूर व्हायला लागली, तर वॉर्डात नगरसेवकांची काय इज्जत राहील? हा चौधरींवर झालेला अन्याय नाही का? या अटकेच्या बातमीमुळे किती चुकीचा संदेश जातो? जणू काही अशी टक्केवारी... अगदी लाच म्हणा— घेणारे चौधरी एकटेच आहेत; बाकी कुणी नगरसेवक एक फुटकी कवडी घेत नाहीत का? सगळेच जो करतात, तो गुन्हा कसा? हल्ली कंपन्यांमध्ये स्वेच्छानिवृत्ती असते. ती सक्तीचीच असते. तसंच या टक्केवारीला ती सक्तीची असली तरी 'ऐच्छिक मोबदला' म्हणायला हवं. पण केवळ पैसे घेतले यासाठी अटक— तीही एकालाच— हे चूक आहे. भारतात जगातली सर्वांत मोठी लोकशाही राबते. लाच म्हणजेच ऐच्छिक मोबदला घेणं, हे कायदेशीर करून टाकावं. तसं करणारा भारत हा जगातील पहिला देश ठरेल. मात्र, मोबदला घेऊनही काम केलं नाही, तर मात्र नगरसेवकांना एकदाच काय दहादा अटक करावी. आमच्या या सूचनेची दखल घेऊन, फक्त एकाच नगरसेवकावर झालेला अन्याय दूर करावा... चौधरी यांना सोडून देऊन त्यांना ठेकेदाराची बिलं मंजूर करण्याची संधी द्यावी, अशी आमची शासनाला नम्र सूचना आहे. ती पास व्हावी, यासाठी ऐच्छिक मोबदला देण्याचीही आमची तयारी आहे. सापळा लावू नका, म्हणजे झालं!...

- o - o - o -

बाकी सारे चमचे!

आजकाल खऱ्याची दुनिया राहिली नाही, हेच खरं. तुम्ही अर्जुनसिंहांना विचारा, ते तुम्हाला हेच सांगतील— नाही हो, आजकाल खऱ्या निष्ठेची किंमतच राहिलेली नाही. हे सांगताना त्यांचा गळा थोडा दाटून आलेला असेल. येणारच की हो— आता पंचाहत्तरी ओलांडली... वयाच्या मानानं जरा खाकरावं लागतंच. त्यातच पन्नास वर्षे नेहरू-गांधी घराण्याची निष्ठेनं सेवा केल्यानंतरही देशाचं पंतप्रधानपद मिळणार नसेल, तर काळीज जळणारच की.

काँग्रेसी आघाडीच्या हाती २००४ मध्ये सत्ता आली, तेव्हा सोनियाजीच पंतप्रधान होणार, म्हणून अर्जुनसिंह खूशच होते. कारण काही झालं तरी ते निष्ठावंत. पण ऐनवेळी सोनियाजींच्या अंतरात्म्याचा आवाज आला— ये ठीक नहीं होगा! अर्जुनसिंह सोनियाजींच्या इतक्या जवळ होते की, त्यांनाही तो आवाज ऐकू आला असणार. आता थेट अंतरात्म्यानंच खोडा घातला म्हणताना सोनियाजी तरी काय करणार? सोनियाजी पंतप्रधान होणार नाहीत म्हटल्यावर, अर्जुनसिंहांच्या अंतरात्म्यानंही लगेच आवाज दिला- आता नंबर आपलाच. पंडित नेहरूंपासून इंदिरा गांधींपर्यंत आणि विशेषत: संजय गांधींपर्यंत 'नॉनस्टॉप' निष्ठा वाहिलेले अर्जुनसिंहांशिवाय होतंच कोण? घराण्याच्या खऱ्या निष्ठावंताला देशाचा पंतप्रधान करून निष्ठेचा सन्मान करण्याची केवढी मोठी संधी आली होती सोनियाजींसाठी... पण कुठे माशी शिंकली, माशीलाही कळलं नाही आणि अर्जुनसिंहांनाही. ऐनवेळी मनमोहनसिंग हे नाव पुढे आलं. तेही चांगलेच गृहस्थ होते हो— पण त्यांना राष्ट्रपती करता आलं असतं की. आपणच पंतप्रधान होणार, याची खात्री वाटल्यानं अर्जुनसिंहांनी शपथविधी समारंभात घालण्यासाठी खास नवा जोधपुरी कोट शिवूनही घेतला होता.

बरं, पंतप्रधान नाही तर निदान अर्थ खातं द्यायचं... गृह

खातं द्यायचं. निष्ठेला मोठं आणि महत्त्वाचं खातं हवंच. पण अर्जुनसिंहांना केलं गेलं मनुष्यबळ विकास मंत्री. खानदानी निष्ठेनं पुन्हा एकदा शरमून मान खाली घातली. पण जे हाडाचे निष्ठावंत असतात, ते (म्हणजे त्यांचं हाड) वाकतात, पण मोडत नाहीत. 'उतणार नाही, मातणार नाही— घेतला वसा टाकणार नाही,' असा त्यांचा बाणा असतो. निष्ठेचा वसा ते टाकत नाहीत. ती निष्ठा सतत त्यांच्या अंतरंगात खदखदत असते आणि प्रेशर कुकरच्या शिट्टीसारखी बाहेर पडत असते. अगदी असंच झालं. अलीकडेच अर्जुनसिंहांनी 'राहुल गांधी यांना पंतप्रधान करावे' अशा भावपूर्ण शब्दांत आपल्या निष्ठेची शिट्टी वाजवली. 'भाव' हाच होता की— मला करणार नसाल, तर दुसऱ्या कुणा निष्ठावंताचा विचारही करू नका. निष्ठामें तो मुझसे बडा न कोई... बाकी सब चमचे हैं. पण झालं भलतंच. 'गांधी घराण्याला खुशमस्करी मान्य नाही,' म्हणून अर्जुनसिंहांनाच टोला बसला. पण अर्जुनसिंहांनी निष्ठेवरची निष्ठा सोडली नाहीच. 'आजकल वफादारी का मूल्यांकन एक सीमित दायरेमें होता है' असे आणखी भावपूर्ण उद्गार त्यांनी काढले. पण पुन्हा भलतंच झालं. आर. के. धवन उत्तरले, 'निष्ठा ही कोण काय काम करतो, यावर मोजली जाते. केवळ शब्दांनी ती प्रतीत होत नाही.'

हाय हाय! अर्जुनसिंहांनी 'हाय'च खाल्ली. खऱ्या निष्ठावंताचं काम निष्ठा ठेवणं हेच असतं; हे राहुल, सोनियांना कधी कळणार? निष्ठावंत आणि चमचे यातील फरक तरी कधी कळणार? अरे, बाकीचं सोडा— पण एकाच विशिष्ट घराण्याची निष्ठा पाळणाऱ्याला परम विशिष्ट सेवा पदक तरी द्याल की नाही? पण कसचं काय... म्हणतात ना— पतिव्रतेच्या गळ्यात धोंडा, वेश्येला मणिहार! तसंच अर्जुनसिंहांना म्हणावं लागतंय— निष्ठावंताच्या गळ्यात धोंडा, चमच्यांना पदभार!

-०-०-०-

शिकार

राजमान्य राजेश्री धर्मरावबाबा आत्राम यांचे सेवेशी, 'बारामती जिल्हा हरिण पंचायत' अध्यक्ष शावक डागर (शामक डावर नव्हे) यांचा सादर प्रणाम.

मी मनुष्यजमातीस हे प्रथमच पत्र लिहीत आहे. आमच्या हरिण संघटनेतील काही हरिणांस मराठी वृत्तपत्रे चावण्याचा, चघळण्याचा छंद आहे. मी सुदैवाने वृत्त चावत नाही, वाचतो. मला एकूणच प्राणिमातीविषयी कुतूहल आहे. अर्थात वन्य प्राण्यांमध्ये फारसे नाट्य घडत नाही. सर्व काही निसर्गाच्या नियमानुसार चालते. त्यामुळे जंगलात काही 'ब्रेकिंग न्यूज' नसतेच. काही प्राणी माणसाच्या संगतीत आल्यानंतरच थोड्या त्यांच्यातील सवयी उचलतात. पण तुमच्या मनुष्यप्राण्यांमध्ये फारच व्हरायटी आढळते. व्यक्ती तितक्या प्रकृती असतात. मनुष्यप्राणी कधी, कसा वागेल याचा नेम नसतो. तुमच्या जमातीत पैसा, नाव, प्रेम, सेक्स, लग्न, भ्रष्टाचार, अत्याचार, विश्वासघात, बलात्कार— असं काय काय सतत चालूच असतं. मुख्य म्हणजे, प्राण्यांमध्ये फक्त विणीच्या हंगामातच समागम असतो. तुमचा म्हणजे बारा महिने सेक्स हंगाम, त्यातूनच हंगामा होतो. शिवाय प्रेमाची तर किती प्रकरणे! कुणी प्रेमभंग झाला म्हणून स्वतःला संपवतो. ढेकणाचे औषध हे यासंदर्भात लोकप्रिय असावे, पण कुणी प्रेयसीच्या तोंडावर ॲसिड फेकतात.

प्राण्यांमध्ये कुणी आत्महत्या करीत नाहीत. आमच्यात ती पद्धतच नाही. तुम्ही मात्र त्या बाबतीतही इतकी प्रगती केली आहे की, 'मानवी बॉम्ब' ही लेटेस्ट मेथड निघालीय. असो. आमच्या-तुमच्यात फरक काय असतो, तेवढेच सांगितले.

मला स्वतःला राजकारणी मनुष्यप्राण्यात फारच इंटरेस्ट आहे. तुमच्या या अरुण साधूपेक्षा जास्तच. मला आर. के. लक्ष्मण यांची व्यंगचित्रेही आवडतात. गेली पन्नास-साठ वर्षे तुम्हीच त्यांना

रोज कार्टूनसाठी विषय पुरवता, म्हणजे किती ग्रेट! आता थेट तुमच्याकडे वळू.

तुम्ही आणि तुमच्या काही मित्रांनी आमच्यातील काही हरिणांची— मृतांची नक्की संख्या मलाही समजलेली नाही— शिकार केल्याचे ऐकले व वाचले. खरं तर या हरिणांचीच चूक आहे. काही मनुष्यप्राण्यांना हरिण खूप सुंदर वाटते. सुंदर तरुणींना मृगनयना, हरिणाक्षी म्हणतात. सौंदर्य साऱ्यांनाच आवडते. पण मनुष्यप्राण्यामुळे सौंदर्य हे गुन्हाच ठरू शकते. सुंदर स्त्रियांना लंपट नजरा झेलाव्या लागतात. हरिणांचे सौंदर्य किंवा त्यांचा अंगभूत लुसलुशीतपणा हा त्यांच्या शिकारीस कारणीभूत ठरतो. तुम्ही हरणांची शिकार केलीत, असा आरोप झाला; तुम्ही राजकीय तत्परतेने तो नाकारलात. नंतर तपासात पुरावे मिळाले. तुमच्याच दोघांनी, 'तुम्हीच शिकार केलीत' असा जबाब दिलाय म्हणे. तुम्ही कोर्टातून शिताफीने पसार झालात म्हणून ठीक. अजूनही तुम्ही म्हणताच, तुम्ही शिकार केली नाही. हा तुमच्याविरुद्ध कट रचला गेलाय. तुमच्या समर्थकांनी वनमंत्र्यांचे पुतळेही जाळले.

तुम्ही निर्दोष असाल, तर हे सगळे अन्यायकारक आहे. पण काय करू? शिकार होताना कुणी केली, ते पाहिलेली हरणे नाहीत. नाही तर मी त्यांना साक्षीदार म्हणून कोर्टातही पाठवले असते. आणि समजा, तुम्हीच शिकार केली असलीत तरी आता काय! हरणे गेलीच; ती परत थोडी येणार? आम्ही वैरभाव किंवा खुन्नस धरायला मनुष्यप्राणी थोडेच आहोत? असाल तिथे सुखी असा. तुमची राजकीय शिकार होऊ नये, हीच सदिच्छा!

-०-०-०-

ये गं ये गं मेट्रो

प्रिय माझ्या मुला,

तू तिकडे अमेरिकेत स्थायिक झाला आहेस. भारतातून तिकडे जो 'ब्रेनड्रेन' झाला आहे, त्यात एक 'ब्रेन' तुझाही आहे. पण तू मायदेशाला, मायबोलीला विसरला नाहीयेस. माझे संस्कार वाया थोडेच जातील. सॉरी... तुझी आई, हल्ली चोरून ई-मेल वाचायला शिकली आहे. म्हणून फक्त 'माझे संस्कार' न म्हणता आमचे संस्कार म्हणायला हवे.

तू तिकडे स्थायिक झालास... तिथल्या काही स्थानिक गोऱ्या मुली तुझ्या (आईकडून मिळालेल्या) रूपावर व (माझ्याकडून मिळालेल्या) बुद्धिमत्तेवर फिदा झाल्या होत्या. तू त्यांच्याबरोबर भरपूर 'डेटिंग' ही केलेस. पण बायको मात्र भारतीयच नव्हे, तर मराठी— तीही पुण्यातली (मंगळ व चष्मा नसलेली व लांब केस असलेली) केलीस, याचा आम्हाला अभिमान आहे. तुझ्या परिश्रम, प्रयत्नांचे सार्थक होऊन तुला पुत्ररत्नही प्राप्त झाले. त्याचे नाव तू (तो मनोजकुमारसारखा दिसत नसतानाही) भारत ठेवलेस... तू त्याला 'रामरक्षा' म्हणायला लावणार आहेस, त्यासाठी मी रामरक्षेची लेटेस्ट सीडी तुला पाठवून दिलीय.

अमेरिकेत काही राज्यांत भारतीयांच्या वेतनावर भरमसाट कर आकारला जातो, त्याला वैतागून नव्हे; तर मातृभूमीच्या व मायबोलीच्या आंतरिक ओढीनं तू पुण्याला परतण्याचा विचार केलास व त्यादृष्टीने तू नुकताच पुण्यात येऊनही गेलास. आम्हा उभयतांना केवढा आनंद झाला होता! पण पुण्यातील वाहतुकीचे वाजलेले तीन तेरा व प्रदूषण यामुळे तुला खोकला झाला अन् तू तडकाफडकी परत गेलास. मी तर त्या रात्री इतका अपसेट झालो की, मन 'शांत' करण्यासाठी टीव्हीवरील कार्यक्रम बघत बसलो.

मी अनेक मंत्र्यांना तातडीने पत्र पाठवून हे कळवले की,

परदेशी गेलेली आमची मुले परत येऊ इच्छितात. पण पुण्यातल्या वाहतुकीच्या बोजवाऱ्यामुळे परत फिरतात. काही तरी करा!

मी पुण्याच्या आयुक्तांनाही भेटून भावपूर्ण आवाहन केले. त्यांनी लक्ष घालण्याचे आश्वासन दिले, पण दुसऱ्याच दिवशी त्यांची उचलबांगडी सॉरी, बदली झाली.

असा मी निराश झालो असतानाच पुण्यातील मेट्रो प्रकल्प मंजूर झाल्याची बातमी आली आणि मला आशेचा किरण दिसला. भले दहा-पंधरा वर्षांनी का होईना, तू परत येऊ शकशील, या विचाराने मन आनंदून गेले. तोपर्यंत मी डोळे मिटले नाहीत, म्हणजे झाले. तसे मी डॉ. नाडकर्णींना सांगून ठेवले आहे.

पण अचानक बातमी आली— कृषी महाविद्यालयात होणाऱ्या मेट्रोच्या मुख्य स्थानकास खुद्द शरद पवारांचाच विरोध आहे. का? तर त्या परिसरात असलेल्या त्यांच्या बंगल्याचा लुक जाईल म्हणून. लुक माय सन— लता मंगेशकर काय किंवा शरद पवार काय— तीही माणसेच आहेत. आपल्या घरासमोर उड्डाणपूल, मेट्रो स्थानक, कचरापेटी नसावी, असे त्यांना वाटणारच. पण समस्या यापेक्षा गंभीर आहेत. तिथे मेट्रो स्थानक केले तर (या वयातही) मोहन धारिया आंदोलन करतील. पुण्यातील सर्वच 'चांगले' जागरूक पर्यावरणवादी धरणे धरतील. त्यापेक्षा संरक्षण खात्याची पडीक जमीन ताब्यात घ्यावी, असा सल्ला देऊन पवारांनी चेंडू भलत्याच कोर्टात ढकलून दिला आहे. तेव्हा मेट्रो प्रकल्प रखडणार याची जय्यत तयारी होते आहे. असो. निदान तुझा मुलगा मोठा होईपर्यंत तो पुरा झाला तर तो तरी भारतात परतेल किंवा निदान त्याचा मुलगा तरी... तोपर्यंत पुणे इतके बदलून गेलेले... कदाचित अमेरिकेच्याही 'पुढे' गेलेले असेल, त्यामुळे त्याला अगदी घरच्यासारखेच वाटेल इथे! असो.

-o-o-o-

हिंदीमेंच बोलेंगे!

इतिहास अमिताभ बच्चनला कधीच माफ करणार नाही! इतिहास म्हणजे मराठ्यांचा, औरंगजेबाचा, लढायांचा— तो इतिहास नव्हे. भारतीय चित्रपटसृष्टीचा म्हणजे बॉलिवूडचा इतिहास. भले तो असेल बिग बी, पण तो काही बॉलिवूडच्या इतिहासापेक्षा मोठा नव्हे. बॉलिवूडचा इतिहास बिग बीला कधीही माफ करणार नाही. कारण त्यानं एका समर्थ अभिनेत्रीला पडद्यावरून उचललं आणि स्वत:च्या कुटुंबात कोंडलं. जया भादुरीला 'छोटी बी' करून टाकलं.

ह्या लंबू ढांग्याला इंडस्ट्रीतली सगळ्यात बुटकीच नटी भेटली! ती उंच नसली, तरी तिच्या अभिनयाला उंची होती. ती नसती, तर हा बच्चन एवढा भाळला असता का? जया भादुरी इंडस्ट्रीतली नंबर वन नसेल, नव्हतीच ती, नंबराला कधीच उभी नव्हती. पण बॉस, काय जबरदस्त नॅचरल ऍक्टिंग! बाकीचं सोडा हो. 'उपहार'मधली आंबे चाखून खाणारी आणि नवऱ्यानं 'पप्पी' मागितल्यावर खळखळून हसणारी जया आठवा. कॅमेऱ्यासमोर धाय मोकलून रडणं अवघड नसतं... पण खळखळून हसणं- बस्, तसं हसावं— तर जयानंच. तिच्या त्या हसण्यावर आपण तरी बॉलिवूडच्या डझनभर नट्यांना ओवाळून टाकू! म्हणूनच जया भादुरीला इंडस्ट्रीतून कटाप करणाऱ्या या भाद्राला इतिहासानं केलं तरी आम्ही कधीच माफ करणार नाही.

मोठ्या झाडाच्या सावलीत लहान झाडं खुरटतात. तू तर लंबू सुपरस्टार. त्यातून जया मुळातच इटुकली. ती खुरटणार ह्याची गॅरंटी होतीच. तू तुझे ते जगप्रसिद्ध खांदे उडवीत म्हणशील, "तो तिचा निर्णय होता!'' अरे, असेलही, पण तुला तिला आग्रह नसता का करता आला? अरे, स्वत:ला ऍक्टर म्हणवतोस— नॅचरल ऍक्टिंगची देणगी फार दुर्मिळ असते, हे माहिती नाही तुला? तसा तर काय जितेंद्रला न शोभणारा त्याचा पोरगा तुषार कपूर आणि

हेमामालिनीला न शोभणारी तिची पोरगी ईशा देओलही ॲक्टिंग करतातच की. ती तरी कशाला, स्वत: हेमामालिनी तरी काय 'ढोबळ अभिनय' गटातलीच. पण जयाची नैसर्गिक अभिनयाची देणगी तू चार भिंतींत चिणलीस. नंतर जयाला पडद्यावर येऊ दिलंस ते ती म्हातारी झाल्यावर. अरे बेट्या, जयाची 'जान' होती तो तिचा गोडवा. तो सगळा आटल्यावर तिला काय बघायची?

जयाला तू फार काळ पडद्याआड ठेवलंस. ना तिचे फोटो झळकले, ना तिच्या कुणी मुलाखती घेतल्या. ती इतकी वर्षे आतल्या आत धुसफुसत होती. आता तिनं सगळं उट्ट काढायचं ठरवलंय. भले ती सिनेमात नसेल; आता ती राज्यसभेत आहे. खासदार आहे. वादग्रस्त विधानं केल्यास प्रसिद्धीची हमखास गॅरंटी असते, हे तिला... सॉरी, त्यांना माहिती आहे. म्हणूनच 'द्रोण' चित्रपटाच्या कार्यक्रमात त्यांनी ठणकावून म्हटलं, "हम यूपी के है, हिंदी में ही बोलेंगे!" अगागगा- शिवसेनेनं खवळून म्हटलं, "एवढा हिंदीचा पुळका असेल तर, दक्षिणेत आणि आसामात जाऊन जयाबाईंनी हिंदीचे नारे लावावे." मनसेनं इशारा दिला, "माफी मागा!"

काय वेडी मंडळी आहेत— "महाराष्ट्र के लोग हमें माफ करे" असं लगेच जयाजींनी बोलून टाकलंच होतं की! पण तरी म्हणे, प्रचंड खळबळ माजलीच! अहो, ती माजावी म्हणून तर बोलल्या होत्या! ते बोलताना त्या डोळे मिचकावीत, गालात हसत होत्या. बघा कशी उचकवते, असं मनातल्या मनात, मराठीत म्हणत होत्या!! हा, हा, हा!!!

- ० - ० - ० -

सरकारी इतिहास

ज्ञानेश्वरी कुणी लिहिली, सांगा बरं...? तुम्ही म्हणाल, हा काय खुळचटासारखा प्रश्न विचारताय. शाळेतलं पोरसुद्धा सांगेल, ज्ञानेश्वरी ज्ञानेश्वरांनी लिहिली! पण समजा, ती ज्ञानेश्वरांनी लिहिलीच नसली तर? थांबा— उगाच स्वत:च्या भावना दुखावून घेऊ नका किंवा आमचा 'उद्धार' करू नका. वादग्रस्त विधानं करायला आम्ही काही राज ठाकरे नव्हे की कुठल्या ब्रिगेड, दलाचे नेते नव्हे. आम्ही पामर मराठी लेखक. 'माझा मराठाची बोल कवतुके' म्हणणाऱ्या संत ज्ञानेश्वरांबद्दल उचलली जीभ तरी ती टाळ्याला लागणार नाही हो. पसायदान आमचंही तोंडपाठ आहे.

हे 'संशोधन' मराठीतील एका ज्येष्ठ समीक्षक विद्वानाचं आहे. त्यांचं आडनाव सांगत नाही, कारण त्या आडनावाच्या पाट्यांना लगेच डांबर फासलं जायचं. हल्ली दिवस बरे नाहीत. या विद्वानांचं 'संशोधन' असं होतं की— ज्ञानेश्वरीमध्ये अशा काही अनुभवांचं वर्णन आहे, जे ज्ञानेश्वरांनी १६ व्या वर्षाचे आत घेतले असणं शक्य नाही. तेव्हा ही ज्ञानेश्वरी खरं ज्ञानेश्वरांच्या पिताश्रींनी— विठ्ठलपंतांनीच लिहिली असणार; परंतु आपण संन्यासाश्रमातून पुन्हा संसारी झाल्याचा ठपका असल्याने, लोक आपला ग्रंथ स्वीकारणार नाहीत, म्हणून विठ्ठलपंतांनी तो ग्रंथ 'ज्ञानेश्वरी' म्हणून लोकांपुढे आणला!

आपलं हे 'संशोधन' भाविकांच्या पचनी पडणार नाही, याची खात्री असल्यानं त्या समीक्षकांनी स्वत:च्या हयातीत ते प्रकाशित केले नाही; मात्र आपल्या पश्चात आपले हे 'संशोधन' प्रकाशित करावे, असं वचन त्यांनी आपल्या एका मित्राकडून घेतलं होतं. ते मित्र दिल्या वचनाला जागले आणि त्यांनी ते संशोधन नंतर प्रकाशित केले. 'ललित'च्या अंकात आम्ही स्वत: ते वाचलं आहे. ते किती लोकांनी वाचलं, देव जाणे. कदाचित त्या

वेळी लगेच दगडफेक, जाळपोळ असे प्रकार एवढे प्रचलित नसावेत. सध्या मात्र 'खुट्ट' झालं तरी रस्त्यावरची दगडं भराभरा उचलली जातात. मुंबईत तर काही दिवसांनी जसा 'पानीका ठंडा गिलास' विकत मिळतो, तसे दगडही किलोवर विकत मिळतील. ज्ञानेश्वरी ज्ञानेश्वरांनी लिहिली नसावी, असं 'संशोधन' कुणा ज्येष्ठ समीक्षकानं केलं असलं तरी आम्ही झोपेतसुद्धा हेच सांगू, ज्ञानेश्वरी लिहिली ती ज्ञानेश्वरांनी.

शिवाय 'छत्रपती शिवाजीमहाराजांचे गुरू कोण?' असं विचारलं, तर आम्ही दादोजी कोंडदेव हेच नाव सांगू. पण आता काही मंडळींचं म्हणणं की, हे खोटं आहे. पण खुद्द शिवाजीराजांच्या जन्मतिथीबद्दलही वाद आहेच. दोन्ही तिथ्यांना महाराजांची जयंती साजरी होते. पण आता शिक्षणमंत्री वसंत पुरके यांच्या नेतृत्वाखालील सत्यशोधन समितीनं हे जाहीर करून टाकलंय की, दादोजी कोंडदेव महाराजांचे गुरू नव्हतेच! त्यामुळे क्रीडा प्रशिक्षकांसाठी देण्यात येणारा दादोजी कोंडदेव पुरस्कार रद्द करून आता म्हणे शहाजीराजे पुरस्कार देण्यात येणार आहे. ग्रेट! यापुढे शासनानं अशाच समित्या नेमून सर्व वादग्रस्त विषयांवर सत्यशोधन करून टाकावं, हे बरं. शासनानं नुसतीच पाठ्यपुस्तकं काढायची, त्यात शिवाजी-दादोजींचे धडे छापायचे, यापेक्षा थेट इतिहास संशोधन केलेलं काय वाईट? इतिहास याचा खरा अर्थ 'हे असं आहे' असा आहे; तो अर्थही बदलून 'जो केव्हाही बदलता येतो, तो इतिहास' असा करून घ्यावा, म्हणजे झालं!

-o-o-o-

शाळा हव्यात की जागा?

काळ बदलत असतो हो, हे तर मान्य कराल की नाही? मग जसा काळ बदलतो, तसं आपणही बदलावं लागतं. पूर्वी पोरं 'आई' म्हणायची; आता आईची 'मम्मी' झाली. आता 'आई तुझी ऽ आठवण येते' ही कविता म्हणून कसं चालेल? 'मम्मी— आय लव्ह यू' असं म्हणतात पोरं. आता सानेगुरुजींची 'श्यामची आई' हे मुलांना 'कर्मॉन... रीड धिस हं. इट इज व्हेरी गुड' असं म्हणत वाचायला लावतात काही आया. असो.

सांगण्याचा मुद्दा— आता शाळा, कॉलेजं तरी पूर्वींसारखी कुठं राहिलीयत? शाळा-कॉलेजात प्रवेश घेतात अजूनही; पण जातंय कोण? आता क्लासेसच दिवसभर असतात. म्हणजे पोरांनाच आता शाळा-कॉलेजमध्ये काही इंटरेस्ट नाही. पोरंच नाहीत म्हटल्यावर मास्तर म्हणा, प्रोफेसर म्हणा— कुणाला शिकवणार? हे बघून बिचाऱ्या संस्थाचालकांचं हृदय न कळवळलं, तरच नवल. मुलांना न शिकवताच त्यांच्याकडून 'फिया' घ्यायच्या? न शिकवणाऱ्या शिक्षकांना (उशीर करून का होईना, पण) पगार द्यायचा?

बरं, मेडिकल, मॅनेजमेंटच्या कॉलेजवाल्यांचे ठीक आहे हो— तिकडे १५ लाख, २५ लाख असे लाख-लाख रुपये रोख घेऊन प्रवेश दिले जातात. अशी आर्थिक उलाढाल होत असेल, तर अर्थव्यवस्था समृद्ध होते. भले, शिक्षणव्यवस्था भ्रष्ट ठरो.

पण इतर साध्या शाळा-कॉलेजांचं काय? ती आता नाममात्र प्रवेशापुरती उरलीयत. पण त्यामुळे जागा किती अडते! क्रीडांगणही ठेवावं लागतं... तिथं खेळतंय कोण? उगाच नावाला कुणी तरी मास्तर शिट्टी फुंकत पिटी घेतात, एवढंच.

मुंबई, ठाणे यांसारख्या ठिकाणी जागांचे भाव केवढे वाढलेयत, गगनाला भिडलेयत. भाव एवढे वाढलेयत याचा अर्थच लोकांना जागेची गरज आहे. कुणाला राहण्यासाठी, कुणाला बिझनेससाठी.

त्यात आता जागतिकीकरणामुळे 'मॉल्स' वाढू लागलेयत. पिझ्झा हट्स वाढताहेत, मॅक्डोनॉल्ड वाढतंय, बरिस्ता कॅफे हवेयत लोकांना. मुंबई तर भारताची आर्थिक राजधानी. मुंबईचं शांघाय करायचं, हे आपल्या पंतप्रधानांचं स्वप्न आहे. पण शांघायमध्ये आधुनिक, चकाचक घरे-दुकाने-ऑफिससाठी जागा नाही.

अशी परिस्थिती असताना उगाच शाळा-कॉलेजांसाठी जागा अडवून ठेवणं, हे शहपणाचं कसं म्हणता येईल? तरी आजही काही 'सामाजिक जाण' असलेले संस्थाचालक लोकांच्या सोईसाठी शाळा देतात. हॉल लग्नाला देतात. मुहूर्त नेमका शाळेच्या वेळातच असला तरी नाही म्हणत नाहीत. मग लाऊडस्पीकरवर फिल्मी गाणी चालू असतानाच मुलं वर्गात कविता म्हणतात. काही झालं तरी मंगलकार्यच ना! काही संस्थाचालक मैदानं राजकीय सभांसाठी देतात— त्यातूनच जनजागृती होऊन लोकशाही बळकट होते. एवढंच, की फुकट दिल्याची किंमत नसते, म्हणून मोजून पैसे घेतले जातात.

पण हेसुद्धा कटकटीचं असतं. त्यामुळी काही चालक आता सरकारकडून सवलतीच्या दरात जमिनी मिळवून उभ्या केलेल्या शाळा बंदच करताहेत. बिल्डर्सना देऊन काय कमवायचे, ते एकरकमीच!

हे नैतिक नाही, हे खरंय; पण किती व्यावहारिक आहे पाहा ना. मुख्य म्हणजे, राजकारणातील अनेक मान्यवरांच्या शिक्षण संस्था आहेत. म्हणजे काय शेवटी— आपलेच दात, आपलेच ओठ! चावणार तरी कसं?

- ० - ० - ० -

भारत बंद – भारत चालू!

कुठल्याही राजकीय पक्षाचा सर्वांत लाडका कार्यक्रम म्हणजे— पुणे बंद, मुंबई बंद, महाराष्ट्र बंद आणि सरतेशेवटी अख्खा होल भारत बंद! रास्ता रोको, चक्का जाम— असे त्याचे काही उपप्रकार आहेत; पण 'बंद'ची मजा त्यात नाही.

बरं, 'बंद'साठी कारण कुठलंही चालतं. आमच्या पक्षाच्या नेत्याला पोलिसांनी धक्काबुक्की केली— महाराष्ट्र बंद. खुशबू नटीनं चपला घालून मुहूर्ताची पूजा केली— तमिळनाडू बंद. अडवाणींच्या सभेत माशी शिंकली— भोपाळ बंद!

इंग्रजीमध्ये 'न्यूइसन्स व्हॅल्यू' म्हणतात, मराठीत त्याचा अर्थ 'उपद्रव मूल्य' असा होतो. आपल्या पक्षाचं हे 'उपद्रव मूल्य' दाखविण्यासाठी 'बंद'च्या आवाहनाचा उपयोग होतो. बरं, बंद पुकारायला फारशी अक्कल लागत नाही. फक्त एक पत्रकार परिषद घ्यायची आणि जाहीर करायचं— 'बारा मे - भारत बंद!' दोन-चार कोपरा सभा घ्यायच्या. बाकी मग नाटक-सिनेमात आम्ही म्हणतो तशी सगळी माऊथ पब्लिसिटी! पुढे हा 'बंद' चालतो, तो तोंडातोंडी. 'काय हो, बाराला भारत बंद म्हणताहेत-' 'बघू— वातावरण बघू आणि ठरवू...' अशा चर्चा.

बारा मे रोजी दुकानदार जरा बिचकतच दुकानं उघडतात. चार-दोन उनाड कार्यकर्त्यांना चहा पाजला की, ते त्या दुकानदाराला दम देतात. दुकान बंद होतं. मग अफवा पसरवायच्या, म्हणजेच पुड्या सोडायच्या. तिकडे दगडफेक झाली—दुकानाच्या काचा फोडल्या. मग आपोआप दुकानं बंद होतात. अशा वेळी एखाद्या बसवर दगड फेकण्याची सवय काहींना असतेच. कुणी बसच्या चाकातली हवा सोडतं... झालं, बसेस बंद.

हॉटेलं बंद, खानावळी बंद. बाहेरच्या मंडळींनी खायचं काय? काही नाही. जेवण बंद. बसेस बंद- रिक्षा बंद. रेल्वे,

एस्टीनं आलेल्या प्रवाशांनी काय करायचं? कोकलायचं? छे— छे, कोकलणंही बंद. मुकाट्यानं सामान डोक्यावर, पोरंबाळं कडेवर घेऊन उन्हातान्हाचं चालू पडायचं. हॉस्पिटलमध्ये जायला रिक्षा नाही— ॲडमिट होणं बंद. स्मशानभूमी बंद. त्या दिवशी मरणंही बंद! पक्षाचे कार्यकर्ते, नेते खूश. बंद शंभर टक्के यशस्वी झाला. साऱ्या देशानं पाळला 'उत्स्फूर्त' बंद! भारत बंद; पक्ष चालू!

पण आता 'गेम' झाली आहे. कुठल्याही पक्षानं 'बंद' पुकारला आणि कुणी त्याविरुद्ध नुकसानभरपाईचा दावा केला तर पक्षाला दंड भरावा लागतो. शिवसेनेला असा दंड भरावा लागला, तेव्हापासून शिवसेना चालू असली तरी 'बंद'ची भाषा बंद आहे. परवा मजाच झाली. म्हणजे बघा, शनिवारची गोष्ट. पेपर उघडला तर कळलं, काल भारत बंद होता! भारतीय जनता पक्षानं शुक्रवारी वाढत्या महागाईच्या विरोधात चक्क देशव्यापी बंद पुकारला होता. पण या वेळी त्या पक्षानं लोकांची गंमत करायचं ठरवलं असावं. कुणाला कळलंच नाही 'भारत बंद' पुकारलाय ते! सगळे व्यवहार सुरळीत चालू. असा गुपचूप बंद पुकारणारा भाजप हा पहिलाच पक्ष ठरला! लब्बाड कुठला! अशा वेळी बंद बारगळला म्हणत नाहीत; 'देशभरात बंदला संमिश्र प्रतिसाद!' असं म्हणतात. 'संमिश्र'वरनं ओळखायचं काय ते! खरं तर भाजपनं आता 'भारत बंद'ऐवजी 'भारत चालू' आंदोलन करावं. सुट्टीच्या दिवशीही दुकानं, ऑफिसेस चालू ठेवण्याचं आवाहन करावं. उनाड पोरांनी बंद दुकानावर दगडफेक करायची... 'सगळं चालू आहे... छान चाललं आहे', अशा अफवा पसरवायच्या! एवढा 'चालू'पणा राजकारणात नक्कीच चालू शकेल!

- ० - ० - ० -

चोरावे परि...

चोरी हीसुद्धा एक कला आहे. त्यामुळेच बहुधा कलेच्या क्षेत्रात कुठे ना कुठे चोरी चालू असतेच. पण चोरी ही वाटते तितकी सोपी नसते. चोरी तर करायची, पण ती 'पकडली' जाता कामा नये, असं कसब लागतं. पॉकेटमार म्हणा, खिसेकापू म्हणा— केव्हा पाकीट उडवतात किंवा खिसा कापतात; पत्ताही लागत नाही. नंतर घरी गेल्यावर किंवा हॉटेलमध्ये खाऊन-पिऊन बिल देण्यासाठी खिशात हात घालावा, तर कळतं— खिसा कापला गेलाय. पाकीट गायब आहे. काही सडेतोड (करंटे) समीक्षक, कलेच्या क्षेत्रातील चोरीला 'कले'चा दर्जा देत नाहीत. तिला 'उचलेगिरी' असं फाटकं नाव देतात. साहित्य, नाट्य, चित्रपटसृष्टीत अशा उचलेगिरीला फार मोठी परंपरा आहे, हे या समीक्षकांना काय ठाऊक नाही का?

आचार्य अत्रेंची 'मोरूची मावशी' मराठी रंगभूमीवर दहा हजार वर्षे, सॉरी हजारो प्रयोग नाचली. ती मूळ 'चार्लीज आंट' होती. पण काय दांडगं मराठी रूपांतर... काय बिशाद, कुणाला शंका तरी येईल! प्रचंड गाजलेली पुलंची 'ती फुलराणी' ही मूळची तिकडचीच. 'पिग्मॅलियन' नाटकावरून उच... सॉरी, बेतलेली. इंपोर्टेड. पण महाराजा, काय परफेक्ट मराठीकरण. अहो, 'फुलराणी'ला प्रेक्षक 'पुलराणी' म्हणायचे, म्हणजे बघा!

तात्यासाहेब शिरवाडकरांचं 'नटसम्राट' म्हणजे मराठी रंगभूमीवरील किलोमीटरचा— सॉरी, 'मैलाचा दगड' मानला जातो. माइलस्टोन हो. पण ते शेक्सपिअरच्या 'किंग लियर'वरून घेतलेलं होतं. लियर खराखुरा सम्राट होता, मराठीत तो 'नटसम्राट' झाला. पण कुणी म्हणेल का... जाऊ दे, कोण काय म्हणेल, हा मुद्दा महत्त्वाचा नाही. तुम्ही बेतलेली म्हणा, उचललेली म्हणा, आधारित म्हणा किंवा फक्त स्फूर्ती घेऊन घडवलेली नवी सर्जनशील निर्मिती म्हणा. मूळ तिकडंच असतं, हे खरं आहे. काही मंडळी ते मान्य

करतात, काही नाही करत; एवढंच.

राज कपूर-नर्गिसचा 'चोरी चोरी' हीसुद्धा 'रोमन हॉलिडे'ची कलात्मक, भाबडी आणि भारतीय 'चोरी'च होती. पण शुद्ध भारतीय, म्हणून शुद्ध चोरी! अगदी अलीकडचा 'बंटी आणि बबली' म्हणजेसुद्धा मूळ 'बोनी अँण्ड क्लाइड'! पण खरी उचलेगिरी चालते ती संगीतात. हिंदी चित्रपटसृष्टी खरी प्रसिद्ध आहे ती गाण्यांच्या उचलेगिरीबद्दल. या क्षेत्रातले दादा म्हणजे भप्पी लाहिरी आणि अन्नू मलिक. या दोघांच्यामध्ये 'उचलेगिरीत उस्ताद' अशी स्पर्धाही लावायला हरकत नाही. पण गरज नाही; अन्नू मलिक बक्षीस मारेल किंवा चोरेल. कारण तो गाण्याची 'धून'च नव्हे, तर शब्दही जसेच्या तसे उचलतो. याला निगरगट्टपणा— सॉरी, धाडस लागतं. नुकतेच 'क्रेझी फोर'मध्ये राजेश रोशन यांनी असंच 'धाडस' दाखवलं. राम संपत यांच्या 'जिंगल्स'वरून 'स्फूर्ती' घेऊन त्यांनी नवी दोन गाणी रचली. पण संपत कोर्टात गेले आणि जिंकले. रोशनबंधूंना दोन गाण्यांसाठी तब्बल दोन कोटी भरावे लागले.

हरहर! उचलेगिरीचं दुःख नाही हो, पण पकडले गेले हे वाईट!... राजेश रोशन यांनी भप्पीदा किंवा अन्नू मलिककडून 'उचलावे कसे' याचे धडे घ्यायला हवे होते. पण व्हायचं ते होऊन गेलं. म्हणतात ना, मरावे परि कीर्तीरूपी उरावे... तसंच आता म्हणावं लागेल. चोरावे परि दोन कोटी भरावे!

- ० - ० - ० -

याचि देही, याचि डोळा...

सध्याचे दिवस कडक उन्हाळ्याचे आहेत. पन्ह्याचे आणि शहाळ्याचे आहेत. पण आमच्यासाठी मात्र अंगावर उन्हं आणि डोक्यात उजेड पडण्याचे आहेत. एकामागोमाग एक, धडाधड साक्षात्कार होत आहेत. छे हो, आध्यात्मिक नव्हे, राजकीय साक्षात्कार. आमचे डोळे उन्हानं जसे तळावत आहेत तसेच या 'साक्षात्कार'मुळे डोळे दिपत आहेत; खाड्कन उघडत आहेत! मोठमोठ्या राजकीय व्यक्तींबद्दलच्या आमच्या गैरसमजांना अक्षरश: सुरुंग लागून त्यांच्या ठिकऱ्या-ठिकऱ्या आमच्या मनातल्या मनातच उडत आहेत.

नुकताच आम्हाला साक्षात्कार झाला होता, पाकिस्तानचे अध्यक्ष मुशर्रफ यांच्यासंदर्भात. मुशर्रफ हुकूमशहा तर सोडाच, सत्तेचे भुकेलेही नाहीयत. (सत्ता भोगून त्यांचे पोट तुडुंब भरले आहे. थोडं सत्तेचं अजीर्णच झालं आहे. असो.) आज ते पाकिस्तानचे अध्यक्ष आहेत ते केवळ देशाच्या भल्यासाठी. मुशर्रफांनी खुर्ची सोडली की, अमेरिकेने पाकची चटणी उडवलीच म्हणून समजा. ही चटणी उडू नये, म्हणूनच केवळ मुशर्रफ खुर्चीवर घट्ट बसून आहेत. या 'साक्षात्कारा'नं आम्ही जसे ओशाळलो होतो, वरमलो व शरमलो होतो; तसेच पुन्हा एकदा वरमलो आहोत.

आपल्या मायावती मॅडम हो! मायावतींना सत्तेची हाव आहे. त्यांनी बिचाऱ्या दलितांकडून वाढदिवसाची खंडणी— सॉरी, भेट— म्हणून पन्नास कोटी जमा केलेयत वगैरे वगैरे. गैरसमजांची मोठी यादीच होती! त्यातून त्यांनी त्या उद्दाम कम सद्दाम हुसेनप्रमाणे स्वत:चाच पुतळा उभा केला, हे ऐकून तर आम्ही माया मॅडमनाही उद्दाम समजून बसलो. गांधी, नेहरू, टिळक... सगळ्यांचे पुतळे उभे राहिले; पण ते स्वर्गवासी झाल्यानंतर. पंडित नेहरूंच्या हस्ते त्यांच्याच पुतळ्याचं अनावरण झालं, असं कधी घडलं नव्हतं. पण माया मॅडमनं स्वत:च्याच पुतळ्याचं अनावरण करून भारत देशात

नवा इतिहास घडवला!

या ऐतिहासिक आणि धाडसी कार्यक्रमाबद्दल त्यांचं कौतुक करणं बाजूलाच; 'मायावतींनी उभारला स्वत:चा पुतळा' अशी मीडियानं हेटाईच केली आणि काँग्रेसच्या पोटात दुखलं. पोटशूळच उठला. पण माया मॅडमनं त्यासाठी केलेली चतुराई कुणी ओळखली तरी का? फक्त स्वत:चाच पुतळा उभारणं, हे बरं दिसणार नाही; यामुळे त्यांनी डॉ. बाबासाहेब आंबेडकर, रमाबाई आणि कांशीराम यांचे पुतळे उभे केले. यावरून डॉ. आंबेडकर, कांशीराम हे आपल्याइतकेच थोर असल्याचं... सॉरी सॉरी— डॉ. आंबेडकर, कांशीराम यांच्याइतक्याच आपण थोर असल्याचं सिद्ध केलं. बरं, नुसते चार पुतळे थोडेच उभारलेत? अहो, चांगले ५०० कोटी रुपये खर्चून आंबेडकर मेमोरियल उभारलंय. मनात आणलं असतं, तर त्यांना 'मायावती मेमोरियल' असं नाव नसतं का देता आलं? पण माया मॅडम यांच्यासाठी गुरू कांशीराम यांचा शब्द म्हणजे अंतिम आदेश. कांशीरामांची इच्छा होती म्हणूनच त्यांनी हे मेमोरियल उभं केलंय. पण कांशीरामांची काही एकच इच्छा नव्हती. आपल्या पश्चात माया मॅडम आपला पुतळा उभारणार याची त्यांना खात्री होती. म्हणूनच त्यांनी आपल्या पुतळ्याशेजारी तुमचाही पुतळा उभारला पाहजे, असं मायावतींना बजावलं होतं. 'पण जिवंत असताना पुतळा का उभारायचा?' हा किती वेडगळ प्रश्न आहे. त्याचं उत्तर इतकं सोपं आहे की, मेल्यानंतर उभारलेला पुतळा ती व्यक्ती स्वत: पाहू शकत नाही. पण जिवंतपणी उभारलेला स्वत:चा पुतळा पाहता येतो! सो सिंपल! याचि देही याचि डोळा— पाहावा स्वत:चा पुतळा, माया म्हणे!...

–०-०-०-

गौप्यस्फोट

'पब्लिक'ला आकर्षित करण्यासाठी कोण काय करेल, याचा नेम नाही. टीव्हीवरच बघा ना— आधी नुसते गाण्यांच्या भेंड्यांचे कार्यक्रम असायचे. 'भेंडी' शब्द मिळमिळीत वाटतो, म्हणून अंताक्षरी म्हटलं जातं. (पण अंताक्षरी म्हणजे भेंडी नव्हे) पण आता रिऑलिटी शोचं प्रस्थ आलंय. नाचाच्या स्पर्धा झाल्या, गाण्यांच्या स्पर्धा झाल्या; मग आता करायचं काय? म्हणून आता फॅमिली डिस्को सुरू झालेयत. अहमदाबादची अख्खी होल पटेल फॅमिली, भुसावळची काकडे फॅमिली स्टेजवर डिस्को करतात. चार-पाच वर्षांच्या पोरा-पोरींपासून म्हणजे नातवापासून ते भोपळ्यासारख्या गोल गरगरीत पंचाहत्तरीतल्या आजीबाईही 'आय ऑम अ डिस्को डान्सर' या गाण्यावर भली मोठी कंबर लचकवतात. कुणी सांगावं, या कार्यक्रमामुळे बारबालांच्या धर्तीवर क्लबात, पबात बारनानी नाचू लागतील आणि आबा पाटलांना त्यांच्यावर बंदीही घालता यायची नाही.

विनरला नेहमीच बक्षीस मिळतं, म्हणून मग 'द बिगेस्ट लूजर'ला बक्षीस देण्याची टूम निघाली. नंतर कळलं, ही स्पर्धा केवळ गलेलठ्ठ मंडळींसाठी आहे. जो सर्वांत जास्त वजन घटवेल, तो बिगेस्ट लूजर. इथपर्यंत ठीक आहे हो, पण टीव्हीला खिळलेल्या दर्शकांना आपल्याकडे खेचण्यासाठी मासिकांनी कसली स्पर्धा जाहीर करावी? स्पर्धेचं बक्षीस म्हणून कार मिळवा, चार दिवसांची सिंगापूर टूर फुकट, हेमामालिनीबरोबर डिनरचा चान्स मिळवा... ही आमिषं दाखवली जातात. पण स्पर्धा जिंका व फुकट घटस्फोट मिळवा, हे काय भलतंच! जोड्या लावा या प्रश्नाऐवजी परीक्षेतही आता 'जोड्या मोडा', असा प्रश्न येणार बहुधा!

हा शानदार आचरटपणा ऑस्ट्रेलियातल्या एका 'झू विकली' या मासिकानं केलाय. या मासिकानं लाज कोळून प्यायली, की तीही विकली; कळत नाही. स्वातंत्र्यावर आधारित एक स्पर्धा आयोजित

करून हे आमिष दाखवले आहे. जो जिंकेल; त्याच्या घटस्फोटाच्या खटल्याचा सर्व खर्च, वकिलाची फी, एवढंच काय इतर खर्चही दिला जाणार आहे. या इतर खर्चात कसले कसले खर्च धरलेयत, कल्पना नाही. पण एक टीव्ही भेट देण्यात येणार आहे आणि म्हणे प्राणिसंग्रहालयात एक वर्षभर मोफत प्रवेश— नवरा किंवा बायको हा प्राणी सोडल्याबद्दल.

हे लेकाचे फॉरिनवाले काय करतील... अशी आम्ही खास भारतीय टीका करणार, तेवढ्यात बातमी आली. मुंबईतही नुकत्याच एका स्क्रीन क्रीमच्या लाँचिंग कार्यक्रमाला प्रसिद्धी मिळावी म्हणून मलायका अरोरा या हडकुळ्या— सॉरी, अत्यंत सडपातळ सौंदर्यवतीनं, एका इंग्रजी दैनिकात आपण अरबाज खानबरोबर घटस्फोट घेणार असल्याची बातमी दिली. या बातमीनं बॉलिवूडमध्ये एकच खळबळ उडाली. मलायकासाठी किती तरी इच्छुकांची वेटिंग लिस्टच असल्यानं त्यांच्या आशा पालवल्या. पण लाँचिंग कार्यक्रमात दोघे हातात हात घालून हसत-हसत आले आणि मलायकानं घटस्फोट न घेता गौप्यस्फोट केला— हा म्हणे, फक्त प्रसिद्धीसाठी केलला स्टंट होता. आम्ही एकदाच काय, पुन: पुन्हा लग्न करायला तयार आहोत, असाही गोड खुलासा तिनं केला. आमचे प्रश्न— मलायका जर असले स्टंट करू लागली, तर राखी सावंतनं काय साँस-बहू मालिकांतून काम करायची?

स्वत: स्टारच वावड्या उठवू लागले, तर मीडियानं काय पतंग उडवायचे? आणि आता यापुढे त्या मासिकातल्या अशा स्फोटक बातम्यांवर विश्वास कसा ठेवायचा?

एक करावं लागेल— जसा तो बोर्ड असतो ना— वाहने, पादत्राणे ज्याने त्याने आपापल्या जबाबदारीवर ठेवावीत; तसं त्या मासिकानंही स्पष्ट करावं. आम्ही दिलेल्या बातम्यांवर ज्याने-त्याने आपापल्या जबाबदारीवर विश्वास ठेवावा.

- ० - ० - ० -

खरं हाये का?

मराठीतल्या एका विख्यात चित्रपट दिग्दर्शकानं स्वत:चं आत्मचरित्र लिहिलं. सॉरी हं, आत्मचरित्र स्वत:चं असणार नाही, तर कुणाचं? असो. तर, त्या दिग्दर्शकाची आणि एका नायिकेची कधी काळी जोडी जमली होती... सूर जुळले होते व त्यांचे अनेक चित्रपट यशस्वी ठरले होते. कालांतराने त्या नटीचं (दुसऱ्या नटाशी) लग्न झालं व ती नटी (झालं-गेलं विसरून) संसाराला लागली. दिग्दर्शक व नायिका यांचे पडद्यावर इतके घट्ट सूर जुळतात, तेव्हा ते प्रत्यक्षातही तसेच जुळलेले असतात, अशी दाट शक्यता असते. त्याला दाट कारणेही आहेत. कारणे म्हणजे उदाहरणे. उदा. राज कपूर - नर्गिस, गुरूदत्त - वहिदा रहेमान. अशा जोड्या हिंदीत जुळतात, तर मराठीत का जुळू नयेत?

त्या दिग्दर्शकाच्या आत्मचरित्राच्या प्रकाशन सोहळ्याला त्या अभिनेत्रीनं उपस्थित राहावं, अशी प्रकाशकानं विनंती केली. तिनं म्हटलं, आधी माझ्याबद्दल काय लिहिलंय ते पाहते, मगच सांगते. प्रकाशकांनी प्रत पाठवून दिली. आपल्याबद्दल उगाच भलतंसलतं (म्हणजे सत्य!) लिहिलेलं नाहीय, याची खात्री झाल्यावरच ती अभिनेत्री प्रकाशन समारंभाला आली! लपवलेलं सत्य म्हणजे असत्य नव्हे हो! सभ्य माणसं असभ्य सत्य नेहमीच लपवतात.

आत्मचरित्र लिहायला— म्हणजे खरं चरित्र लिहायला— फार मोठं धाडस लागतं. ते 'टाइमपास' शीर्षकाचं आत्मचरित्र लिहिणाऱ्या एखाद्या प्रोतिमा बेदीकडेच असतं किंवा 'आय डेअर' लिहिणाऱ्या किरण बेदींकडे.

पण बेदी आडनाव नसूनही, किंबहुना अडवाणी असं आडनाव असूनही लालकृष्ण अडवाणी यांनी हे साहस नुकतच केलं आहे. 'माय कंट्री - माय लाईफ' नावाचं त्यांचं आत्मचरित्र नुकतंच थाटामाटात प्रसिद्ध झालं आहे. पहिला प्रश्न असा येतो— टायमिंग

चुकलं का? आत्मचरित्र हे, करायचं सगळं संपल्यावर लिहिण्याची पद्धत असते. अडवाणी चक्क संभाव्य पंतप्रधान असताना त्यांनी हे लिहिण्याची घाई का केली असावी?

पण या पुस्तकात अडवाणी यांनी केलेला गौप्यस्फोट हा बॉम्बस्फोटापेक्षा जोरदार आहे. पाकिस्तानी हवाई चाच्यांनी १९९९च्या अखेरीस इंडियन एअरलाइन्सच्या विमानाचं अपहरण केलं होतं. त्या वेळी प्रवाशांच्या सुटकेसाठी अझर मसूद व दोन कुख्यात अतिरेक्यांना सोडावं लागलं होतं. मुख्य म्हणजे, त्या वेळचे परराष्ट्रमंत्री जसवंत सिंह स्वत:च (मुकाट्यानं) या अतिरेक्यांना घेऊन कंदहारला गेले होते. पण या सगळ्या प्रकाराची आपल्याला काही कल्पना नव्हती बुवा— असं अडवाणींनी म्हटलं आहे.

यावर शेंबड्या पोराचाही विश्वास बसणं शक्य नाही. त्यातच त्या वेळी संरक्षणमंत्री असणारे जॉर्ज फर्नांडिस यांनी, तो सामूहिक निर्णय होता व त्या बैठकीत अडवाणी उपस्थित होते, असं ठामपणे म्हटलं आहे. पण यावरून अडवाणी मुद्दाम खोटं बोलताहेत, असं समजू नये, असंही जॉर्जसाहेबांनी पत्रकारांना बजावलं आहे.

अरे, काय चाललंय काय? पत्रकारांचे सोडा हो— तुम्ही-आम्ही काय समजायचं? अडवाणी त्या बैठकीत देवेगौडांसारखे डुलक्या घेत होते का? एवढ्या ज्वलंत विषयाबद्दलच्या बैठकीला आपण उपस्थित होतो, याचं अडवाणींना विस्मरण झालं की काय? दोनच शक्यता आहेत. हो, एक तर अडवाणींची स्मरणशक्ती दगा देतेय किंवा ते चक्क खोटं बोलताहेत. देशाचे संभाव्य पंतप्रधान असे कसे चालतील? भाजपनं अडवाणींच्या दोन जाहीर चाचण्या घ्याव्यात— पहिली मेमरी टेस्ट आणि दुसरी नार्को टेस्ट! कसं काय अडवाणी, 'बरं' हाय का... तुम्ही काय लिवलंय, ते खरं हाये का?

- ० - ० - ० -

लाजली महागाई

मांजरं जशी, दुधाचं भांडं कपाट/फ्रीजबाहेर राहण्याची वाटच बघत असतात; तसं भांडं राहिलं रे राहिलं की, मांजरांचं फावलंच. तसेच आपल्या विरोधी पक्षांचं असतं. सरकारविरुद्ध निदर्शनं करण्यासाठी एखादा 'इश्यू' सापडतोय का, म्हणून टपूनच बसलेले असतात. त्यातून भारतीय जनता पक्ष तर आता सत्तेवर येण्यासाठी जिभल्या चाटतो आहे. तो 'महागाई'सारखा तप्त विषय थोडाच सोडणार?

साधारणत: महागाईच्या विरोधात मोर्चा काढण्याची पद्धत असते. त्यातही स्त्रियांचा भरणा अधिक असतो, कारण शेवटी घरखर्च त्यांना भागवायचा असतो. भाजपचे किंवा असं म्हणू— एनडीएचे खासदार महागाईमुळे तापलेल्या तव्यावर आपली निदर्शनाची पोळी कशी भाजून घेता येईल, यासाठी एकत्र जमले. मोर्चाची कल्पना रद्दच झाली. उन्हातान्हात कोण पायपीट करणार? इकडे डाळ-तांदळाचे भाव वाढलेयत, भाज्यांचे भाव कडाडलेयत आणि तिकडे उन्हाळा तापतो आहे.

कसं बरं आंदोलन करावं— या विचारात खासदारमंडळी टोप्या उतरवून डोकं खाजवीत होती, तेवढ्यात फौजी जसवंत सिंहांचा धीरगंभीर आवाज उमटला— मानवी साखळी! सगळ्यांनी चमकून जसवंत सिंहांकडे पाहिलं. मानवी साखळीचीही आजकाल फॅशन आहे; मात्र ती शांतता, भाईचारा अशांसाठी केली जाते. पण महागाईविरोधात मानवी साखळी?

"व्हाय नॉट?" जसवंत सिंहांनी म्हटलं, "इथंच संसदेच्या प्रांगणात मानवी साखळी करू. आणखी आयडिया म्हणजे दाल-आट्याचे भाव लिहिलेले रंगीबेरंगी एप्रन्स अंगावर चढवू... आणि तासभर घोषणा देऊ.'' ही अभिनव कल्पना सगळ्यांनाच 'भाव'ली. त्यामुळे जसवंत सिंहांचाही थोडा 'भाव' वाढला. ठरलेल्या दिवशी

सकाळी तमाम विरोधी खासदार झक्क वेशभूषेसह संसदेच्या प्रांगणात जमले. त्यात चक्क ड्रीमगर्ल— खरं तर आता ड्रीममदर हेमामालिनी! मुक्त केशसंभार, डोळ्यांवर टपोरा गॉगल. तशातच नुकत्याच मध्य प्रदेशात निवडून आलेल्या ग्लॅमरगर्ल माया सिंह. असं वाटावं, जणू फॅशन शो भरलाय की काय!

वृत्तवाहिन्यांना ही पर्वणीच होती. कॅमेरामन आपापले कॅमेरा घेऊन सरसावलेच होते. क्षणभर हेमाजींना वाटलं, एखाद्या चित्रपटाचं शूटिंगच आहे. पण त्यांनी मेकअपमन आणला नव्हता. तरी त्यांनी संयोजकांपैकी एका कनिष्ठ सहकाऱ्याला विचारले, ''भय्या, मुझे गेटअप कैसा करना है?'' त्यानं म्हटलं, ''काही नाही मॅडम, डाळ-आट्याचे भाव लिहिलेला हा एप्रन फक्त चढवायचाय!'' हेमाजींनी तो एप्रन चढवला. त्या खूश झाल्या. त्या एप्रनमुळे तरी त्यांना डाळ-आट्याचे-तांदळाचे भाव किती आहेत, हे कळलं.

त्या सहकाऱ्यानं हेमाजींना म्हटलं, ''मॅडम, जसवंत सिंह यांची इच्छा आहे, आपण त्यांचा हात धरावा... डावा हात!'' हेमाजी लाजल्या, ''डावाच का?'' त्यांनी विचारलं. त्यावर सहकाऱ्यानंही लाजत म्हटलं, ''ते म्हणताहेत- त्यांचं हृदय डाव्या बाजूला आहे म्हणून...'' हेमाजी उद्गारल्या, 'हाऊ स्वीट!' खरोखरीच जसवंत सिंहांनी डाव्या हातात हेमाजींचा उजवा हात धरला आणि उजव्या हातात माया सिंह यांचा डावा हात! तासभर दोघींचे हात सोडायचे नव्हतेच! तिकडे बाकीचे खासदार घसे खरवडून घोषणा देत होते आणि जसवंत सिंह मात्र 'मानवी साखळी'ची कल्पना सुचवून आपण सगळ्यांना कसे 'हातोहात' चकवले, म्हणून गालात हसत होते. मला खात्री आहे, जसवंत सिंहांना पाहून त्या दिवशी महागाईसुद्धा लाजत म्हणाली असणार, 'हाऊ स्वीट!'

- o - o - o -

लाखमोलाचा ड्रेस

आपल्या काही कल्पना किती चुकीच्या असतात! साधं केस कापण्याचं उदाहरण घ्या. टक्कल असलेल्या पुरुषांना केस कापण्याचे पैसे कमी पडत असतील, असं अनेकांना वाटतं. कारण केस असे असून किती असणार? माझीही तीच कल्पना होती. मी एका केश कर्तनालयात गेलो. सॉरी, हल्ली त्याला मेन्स पार्लर म्हणतात. गवतासारखे प्रचंड केस माजलेल्या एका तरुणाची कटिंग करून कर्मचाऱ्यानं त्याच्याकडून शंभर रुपये घेतले. नंतर माझा नंबर आला. पाच मिनिटांत 'कटिंग' झाली. पण माझ्याकडे त्यानं दीडशे रुपये मागितले. मी उडालोच. म्हटलं, त्या पोराचे इतके केस कापण्याचे शंभर घेतलेत आणि माझ्या एवढ्याशा केसांचे... ओ साहेब, तो उत्तरला— तुमचे केस कापण्याचे पैसे नाहीत हो! मग? मी आश्चर्यानं विचारलं. केस ठेवण्याचे ते पैसे आहेत, तो उत्तरला. मी दुकान बदलून पाहिलं. तिथल्या कर्मचाऱ्यानंही माझ्याकडून इतरांपेक्षा जास्तच पैसे घेतले. त्यानं कारण मात्र वेगळं सांगितलं. म्हणाला, मी केस कापण्याचेच पैसे घेतले; पण ते शोधायला किती वेळ लागला!

सांगायचा मुद्दा— टकलावर केस असण्याची अपेक्षा करणं, हे जितकं वेडेपणाचं आहे तितकंच मल्लिका शेरावतच्या अंगावर कपडे असण्याची अपेक्षा करणं वेडेपणाचं आहे. नाही तर मग तिला मल्लिका शेरावत कशाला म्हणायचं? आत्याबाईला मिशा असत्या तर काका म्हटलं असतं, असा प्रकार. मल्लिका अंगभर कपडे घालत असती, तर तिला हेमामालिनी म्हटलं असतं की!

हिमेश रेशमियाला अभिनय येत असता, तर त्याला गायक न म्हणता नायक म्हटलं असतं. खरं तर त्याला गायक म्हणतात, हेच पुष्कळ झालं. पण त्यानं आपका सु'रू'रमध्ये नायकाचे कपडे घातले व संवाद म्हटले. (भूमिका केली, असं म्हणणं टाळलेलं

आहे) तर त्यात त्यानं 'शोले'तल्या 'मेहबूबा' गाण्यावर मल्लिका शेरावतला नाचवलं. दोघांनी मिळून मूळ अफलातून गाण्याची वाट लावली; त्यात बघण्यासारखं काय होतं? उत्तर सरळ आहे— मल्लिका शेरावतचा ड्रेस. डोळे फाडून ते गाणं बघावं लागतं. कारण मल्लिकाच्या अंगावर तो ड्रेस (टकलावर कसे शोधावेत तसा) शोधावा लागतो. प्रेक्षकाला वाटतं— निर्माता सेटिंगवर, लोकेशनवर, पब्लिसिटीवर करोडो रुपये खर्च करतो; तर मल्लिकाच्या ड्रेसबद्दल कंजूषी का करतो? तिथे का पैसे वाचवतो?

हाच तर गैरसमज आहे. मल्लिकाच्या ड्रेससाठी कापड कमी लागलं, हे खरं आहे. पण कमीत कमी कपड्यात ड्रेस शिवण्यासाठी ड्रेस डिझाईनर मजबूत पैसे घेतो. जितकं कमी कापड, तितकी शिलाई जास्त. कापड जास्त वापरलं, तर रसिकांना घायाळ करणारे अंगविक्षेप मल्लिका कसे करणार? आणि तिच्या नशिल्या अदाकारीचं 'अंग' रसिकांना दिसणार कसं?

धन्य ते चिमुकलं वस्त्र— ज्याला मल्लिकाच्या देहस्पर्शाचं भाग्य लाभतं. खऱ्या रसिकाला त्या वस्त्राची किंमत कळतेही. निर्मातेही किती हुशार बघा. 'आपका सुरूर'च्या निर्मात्यानं मल्लिकानं 'मेहबूबा मेहबूबा' गाण्यासाठी घातलेल्या चिमुकल्या हिरव्या, नारिंगी ड्रेसचा चक्क लिलाव केला आणि लाखो रुपये कमावले. असे दिलवाले, पैसेवाले रसिकही या भारत देशात आहेत, हे केवढं अभिमानाचं लक्षण आहे. बाकीचेही अशी गाणी डोळे भरभरून पाहतातच. ही एक चांगली युक्ती सापडलीय! मल्लिकाचं गाणं घालायचं आणि ड्रेसचा लिलाव करायचा. मग चित्रपट चालला नाही, तरी तोटा नाही. सेन्सॉर बोर्डाला नम्र विनंती. ड्रेस डिझाईनरने मल्लिकाच्या ड्रेससाठी कितीही कात्री लावली, तरी तुम्ही तिच्या गाण्यांना कात्री लावू नका. प्रेक्षकांचा (नेत्र) संतोष, हेच सेन्सॉरचं समाधान.

- o - o - o -

महागाईची ऐशितैशी

आपल्या महान भारतात एक गोष्ट– खरं तर दोन गोष्टी— सतत वाढत असतात. एक म्हणजे, आपली लोकसंख्या. भारतीय जोडपी दर वर्षी लोकसंख्येत मोठ्या उत्साहाने भर घालत असतात. पण त्यासाठी काही प्रयत्न तरी करावे लागतात. कसलेही प्रयत्न न करता आपोआप वाढणारी दुसरी गोष्ट म्हणजे— करेक्ट! महागाई!

आपल्याला ती टक्केवारी वगैरे कळत नाही (आम्ही खरे अर्थशास्त्राचे विद्यार्थी आहोत, हे वाचकांना माहिती नाही, हे किती बरं आहे! असो.) सोप्या भाषेत सांगायचं तर किंवा खरं तर विरोधकांच्या भाषेत सांगायचं तर, सगळ्या जीवनावश्यक वस्तूंचे भाव अस्मानाला भिडले आहेत! तुम्ही असं समजू नका— आम्ही महागाई 'लाइटली' घेतोय. महागाईची झळ आम्हालाही पोहोचली आहेच की. आज इतक्या वर्षांच्या अनुभवावरून महागाई ही वाढणारच, असं आम्ही मनाशी पक्क धरून ठेवलंय! मुख्य म्हणजे, विरोधी पक्ष (मग तो कधी काँग्रेस असतो, कधी भाजप) महागाईविरुद्ध जंगी महामोर्चा काढतात. कारण विरोधी पक्षांना मोर्चे काढावे लागतात, आंदोलनं करावीच लागतात... नाही तर त्यांचे कार्यकर्ते 'बेकार' होतात. मोर्चे काढावेत— उन्हातान्हात घोषणा देणारे कार्यकर्ते ट्रक्समधून जमवावेत— झेंडे वाटावेत— थोडं पोलिसांचं कडंबिडं तोडावं— त्याशिवाय फोटो येत नाहीत छापून. ते सगळं ठीक आहे. पण त्यामुळे महागाई कमी होईल, अशी भाबडी आशा न बाळगण्याइतके आम्ही निबर झालो आहोत.

पण मजा म्हणजे, महागाईविरोधात मोर्चे काढून आता विरोधी पक्षही बोअर झालेयत. मग त्यांना काही नव्या-नव्या आयडिया लढवाव्या लागतात. किंवा मग दुसऱ्यांच्या 'ढापाव्या' लागतात. असल्या भन्नाट आयडिया लढवण्यात ते जसपाल भट्टी नंबर वन आहेत. भाजीपाल्याचे भाव कडाडले व अस्मानाला भिडले, तेव्हा

जसपाल भट्टी आणि मिसेस भट्टींनी भाजीपाला खरेदी केला आणि तो 'मौल्यवान ऐवज' म्हणून बँकेच्या लॉकरमध्ये ठेवायला नेला. कांदे, बटाटे, दुधी भोपळा... बँकेच्या लॉकरमध्ये? बँकवाले चक्रावलेच. पण 'नाशवंत वस्तू लॉकरमध्ये ठेवता येणार नाहीत', या नियमावर बोट ठेवून बँकवाल्यांनी जसपाल भट्टींची छुट्टी केली.

पण तीच 'आयडिया' ढापून महाराष्ट्र नवनिर्माण सेनेचे कार्यकर्ते शिवडी, भायखळा विभागातील बँकांमध्ये थडकले. बैलगाडी, हातगाडी, टेंपोमधून गहू, तांदळाची पोती, तेल-तुपाचे डबे... महागाई इतकी वाढली आहे की, या जीवनावश्यक वस्तूच सोन्यासारख्या झाल्या आहेत. तेव्हा त्या लॉकरमध्ये ठेवू द्या, म्हणून कार्यकर्ते बँकेत घुसले आणि बँक अधिकाऱ्यांची तारांबळ उडाली.

गोपीनाथ मुंडेंनी 'महागाईचं दुकान' टाकून 'आमचे येथे सर्व वस्तू महाग दराने विकल्या जातील' असा बोर्डच लावला. मग शिवसेनेची महिला आघाडी तरी मागे कशी राहणार? त्यातून नीलम गोऱ्हे, विशाखा राऊत आघाडीवर. त्यांनी विधान भवनासमोर महागाईविरोधाची गुढी उभारली आणि सुरक्षा यंत्रणेची तारांबळ उडवून दिली. एक नक्की— महागाईमुळे (सध्याच्या) विरोधकांच्या कल्पकतेतही चांगलीच वाढ झाली आहे.

पण जरा थांबा— कर्नाटकाच्या विधानसभा निवडणुका होऊ द्यात आणि काँग्रेस सत्तेवर येऊ द्यात; मग दोन रुपये किलो तांदूळ आणि झोपडपट्टीत रंगीत टीव्ही! जाहीरनाम्याची आयडिया खाशी— महागाईची ऐशीतैशी!...

० - ० - ०

हरभजन, कर भजन!

मुलाचे पाय पाळण्यात दिसतात, अर्थात मुलीचेही दिसतातच; पण मुलांचे जरा 'क्लिअर' दिसतात. ज्याला कुलदीपक... वंशाचा दिवा म्हटलं जातं, तो पुढे काय दिवे लावणार, हे कळू शकतं. मी स्वत:वरून हे सांगू शकतो. शाळेमध्ये तास 'ऑफ' असला की-मी वर्गासमोर उभा राहून नको-नको ते 'जोक्स' सांगायचो. दर जोकगणिक वर्ग खिदळायचा. असं पाच मिनिटं चाललं होतं. नंतर शेजारच्या वर्गावर तास घेत असलेले सर ताड्ताड् वर्गात आले आणि त्यांनी खडाखडा माझ्या मुस्काटात लगावल्या. त्या वेळीच हे ठरलं असणार— मी 'कुर्यात सदा टिंगलम्'सारखी टिंगलखोर नाटकं लिहून प्रेक्षकांना हसवणार आणि त्याबद्दल समीक्षक मला झोड-झोड झोडपणार!

म्हणूनच मला, निदान या तिघांच्या पाळण्याचा शोध घ्यायचा आहे. त्यात दिसले होते का त्यांचे पाय, ते पहायचंय! ते तिघे म्हणजे संजय दत्त, सलमान खान आणि... होय, हरभजनसिंग! पयले झूठ— तो संजय दत्त अर्ध्या चड्डीत असताना काय काय करत होता, हे शोधायलाच हवं. मला तर वाटतं, या माणसाचं बालमानसशास्त्र समजून घेताना भले-भले मानसतज्ज्ञ माना टाकतील. एखाद्या पुरुषाच्या आयुष्यात काय काय व्हावं, याला काही मर्यादा? सुनील दत्तसारख्या भल्या बापाचं रक्त अंगात खेळत असताना हे पोर इतकं बहकलं कसं? ड्रग्जच्या नादी लागून दोन-दोन दिवस हे नशेत पडून राहायचं. एकदा तर त्यानं 'मी पाल खाऊन दाखवतो', अशी पैज लावली होती. ती ऐकूनच भिंतीवरच्या पाली इतक्या टरकल्या की, त्यानंतर दत्तांच्या घरात भिंतीवरती एकही पाल सरपटताना दिसली नाही! मग एके ४७ ची रायफल काय, टाडा काय, तुरुंगवास काय! बरं, हे सगळं पाप मुन्नाभाई बनून त्यानं गांधीगिरीनं धुऊन टाकलं म्हणावं... तर पुन्हा घोळ घातलायच.

मान्यताशी लग्न करून झाला मोकळा. पण त्याला 'मान्यता' मिळाली , तर त्यांच्या लग्नाला मान्यता नाहीच! तिथेही लोच्या! का... असं का?

अणि तो सलमान. अरे बाबा, जगातल्या देखण्या पुरुषांत तुझी गणना झालेली आणि विश्वसुंदरी ऐश्वर्या तुझ्या प्रेमात पडलेली. तरी तुला एकापाठोपाठ एक अशा विविध अवदसा का सुचाव्यात? कधी काळविटाची शिकार, कधी कार चालव बेदरकार—कधी पार्टीत हमरीतुमरी, कधी ऐश्वर्याच्या घरासमोर दारू पिऊन राडा! सलमाना, तू ऐसा क्यूँ करता है, बोल ना! कैसा था तेरा बचपना... और पालना?

तिसरा म्हणजे, आपला स्पिनर गोलंदाज हरभजन. ऑस्ट्रेलियात या बाबानं बॉलनं जेवढी गोलंदाजी केली, त्यापेक्षा तोंडानंच जास्त केली. त्याच्या वादामुळं ऑस्ट्रेलियाचा दौरा रद् होण्याची वेळ आली होती. ते प्रकरण कसंबसं मिटलं, पण ऑस्ट्रेलियन माध्यमांनी हरभजनवर जी कॅमेऱ्यातनं नजर लावलीय की त्याला नजरच लागावी! सबंध सामनाभर एक कॅमेरा केवळ हरभजनवर लावलेला होता. तो नाक किती वेळा खाजवतो. कानात किती वेळा बोटं घालतो, माकडचेष्टा करतो का—हे सगळं रेकॉर्ड होत होतं.

एवढं रामायण-महाभारत झाल्यानंतर मायदेशी परतल्यावर तरी भज्जीनं मुकाट राहावं की नाही? पण म्हणतात ना, द डॉग्स टेल इज नेव्हर स्ट्रेट! यानं हेडनला 'खोटारडा' म्हटलं आणि गिलख्रिस्टला तर 'दूध का धुला नहीं है' म्हणून खिजवलं. उचलली जीभ, लावली टाळ्याला! मग मात्र ऑस्ट्रेलियानं बीसीसीआयला ई-मेलनं बजावलंच—याच्या जिभेलाच टाळं घाला! आणि बीसीसीआयनं हरभजनला बजावलं—'तू सिर्फ बोलिंग कर... बोलती बंद कर! बोलना मना है. तूने पापे, सिर्फ भजनवजन करना है!' हे असंच चालू राहिलं, तर काही दिवसांनी इंडियन क्रिकेट पार्टी सोडून हरभजनला एखाद्या 'भजनी पार्टी'तच सामील व्हावं लागेल! अर्थात संजय, सलमानसारखं जेलमध्ये जाण्यापेक्षा ते केव्हाही बरंच म्हणा!...

o - o - o

तिकडे फटका, इकडे पटका

अमिताभ बच्चन यांच्यावर दहा ओळी लिहा, असं सांगितलं, तर काय लिहाल तुम्ही? मी अशा लिहीन–

– अमिताभ बच्चन यास 'बिग बी' म्हटले जाते. तसेच 'सुपरस्टार' व 'वन मॅन इंडस्ट्री' असेही हिंदी चित्रपटसृष्टीत म्हटले जाते.

सर्वांत लंबू असूनही त्यांनी बुटक्या जया भादुरीशी लग्न केले. अभिनेत्री रेखाला त्यांनी 'घडविले', पण तिने अमितामधील पुरुषाला 'बिघडवले', असे म्हटले जाते. जयाने त्यांना वठणीवर आणले, असेही लगेच म्हटले जाते.

त्यांची ढासळलेली कारकीर्द 'कौन बनेगा करोडपती' या टीव्ही शोमुळे सावरली गेली, याबद्दल विद्वानांत मतभेद नाहीत.

–अमिताभ यांना 'स्टार ऑफ द मिलेनियम' हा किताब मिळाला.

–अमिताभ यांचा मेणाचा पुतळा 'मादाम तुसाँ पुतळा संग्रहालयात' उभा केलेला असून तो फारसा जमलेला दिसत नाही.

अमिताभ हे शेतकरी असून, दान दिलेल्या जमिनी परत घेण्याबद्दल नुकतीच त्यांची ख्याती झाली आहे. किती ओळी झाल्या, कोण जाणे. खरं म्हणजे, एवढ्या ओळींची गरज नव्हती. 'अमिताभ बच्चन यांना कोण बरं ओळखीत नाही', ही एक ओळख पुरेशी होती.

पण पुढचा प्रश्न आहे, अमिताभ व रजनीकांत यांची (डोळा व कॅमेरा याच्याप्रमाणे) तुलना करा. चला, करू या!

एक– रजनीकांत हा दक्षिणेचा सुपरस्टार असला, तरी तो अमिताभपेक्षा खच्चून अधिक मानधन घेतो.

रजनीकांत आहे मराठी, शिकला कानडीतून, परंतु एके काळी बस कंडक्टर असलेला हा पठ्ठ्या तमिळ चित्रपटातून कुठल्या

कुठे पोहोचला आहे. रजनीकांत नुकतंच तमिळी विरुद्ध कन्नडिगा या पाण्यावरून उठलेल्या आंदोलनात उतरला. तमिळनाडूच्या हितासाठी उपोषणात भाग घेऊन त्याने कर्मभूमीचे पांग फेडले. अशा रीतीने उपाशी राहून रजीनकांत खाल्ल्या मिठाला जागला. (वस्तुत: रजनीकांत जेवणात फारसे मीठ घेत नाही; तरीही जे काही तमिळनाडूचे मीठ त्याने खाल्ले, त्या मिठाला तो जागला.) कारण तो मराठी होता. याउलट अमिताभची कर्मभूमी महाराष्ट्र असूनही त्यांनी महाराष्ट्रासाठी काही केले नाही. शिवसेनेचे मुखपत्र असलेल्या 'सामना'मधील वृत्तानुसार अमिताभ झोपला आहे. म्हणजे खाल्ल्या मिठाला झोपला आहे, जागला नाहीय!

त्यामुळे रजनीकांत सुपरस्टारचाही 'बाप' ठरला असून 'बिग बी' ला त्याने (लंबू असूनही) खुले करून टाकले आहे— इति 'सामना'! अमिताभ 'सामना' वाचत नसणार. त्यामुळे त्याला 'सामना'त काय छापून आले, हे कसे कळणार? ही अडचण ध्यानात घेऊन टीव्ही चॅनेलवाल्यांनी त्याच्या कानावर ही बातमी आदळवून प्रतिक्रिया विचारली. अँग्री यंग— सॉरी, अँग्री ओल्ड मॅन, अमिताभ संतापलाच. ''मी महाराष्ट्रासाठी काय केले, असा प्रश्न मला विचारण्याचा अधिकार कोणालाही नाही!'' तो गरजला. कोणालाही नाही, म्हणजे बाळासाहेब ठाकरेंनाही नाही.

पण बाळासाहेब म्हणाले, मी असा काही प्रश्न विचारलाच नाही. 'सामना'तील साध्या वृत्ताचा मीडियावाल्यांनी राईचा पर्वत केला. किती घृणास्पद! अहो, अमिताभ हे तर आपले कौटुंबिक स्नेही आहेत, असंही ते म्हणाले! केवढा हा सन्मान! मिळाले, उत्तर मिळाले! अमिताभने मुंबईत राहून काय केले, या प्रश्नाचे उत्तर मिळाले. त्याने हिंदूहृदयसम्राट, मराठी माणसाचे कैवारी बाळासाहेब ठाकरे यांच्याशी कौटुंबिक स्नेह जमवला! आणखी काही हवेच कशाला?

० - ० - ०

मर्कटलीला

प्रसिद्धी कुणाला नको असते? माणसांना ती हवी असते, तशी ती माकडांनाही हवी असावी. काही झालं तरी माकड हे आपले पूर्वज. त्यांचंच 'जीन्स' आपल्या अंगात असल्यानं प्रसिद्धीसाठी काही माणसं (राजकीय नेते नव्हे, 'माणसं' म्हणतोय मी!) मर्कटचेष्टा करतातच.

माकडांना ती त्यांचीच चेष्टा वाटत असावी, कारण आता माकडंही प्रसिद्धीच्या रिंगणात उतरली आहेत. गेले कित्येक दिवस बिबट्यांच्या आणि भटक्या कुत्र्यांच्या बातम्या वर्तमानपत्रांत झळकताहेत. माकडं वृत्तपत्र वाचत नसली, तरी फोटो तर बघू शकतात? काही माकडं टीव्हीसुद्धा बघत असतील; शिवाय प्रत्यक्ष घटनांनासुद्धा माकडं साक्षीदार असतातच.

भटकी कुत्री आणि बिबट्यांना मिळणारी प्रसिद्धी माकडांना झोंबलेली दिसते. 'मीडिया'चं लक्ष वेधल्याशिवाय आजच्या काळात पब्लिसिटी मिळत नाही, हे माकडांनी ओळखलं आणि त्यांनीही माणसांच्या (अर्थात काँक्रीटच्या) जंगलात घुसून कल्लाच करायचं ठरवलं. 'मिशन कल्ला'ची सुरुवात करण्यासाठी माकडांनी मुंबईतील कुर्ल्याच्या नेहरूनगर वसाहतीची निवड केली. या वसाहतीत गर्द झाडी असल्यानं माकडांची राहण्याची अतिशय उत्तम सोय झाली आहे. मुंबईसारख्या ठिकाणी राहण्याची सोय होणं सोपं नव्हे. महिना दहा-वीसहजार पगार असणारी माकडंही— सॉरी, माणसंही मुंबईत झोपडपट्टीत राहतात.

तशात सध्या जांब, जांभूळ यांसारख्या फळांचा मोसम असल्यानं माकडांची खाण्याचीही सोय झाली आहे. 'लॉजिंग-बोर्डिंगची' समस्या अशी सुटल्यानं नेहरूनगरवर माकडांच्या टोळीनं पहिला हल्लाबोल केला. पहिली फळी म्हणजे चार-पाच माकडांच्या टोळीने गेले काही दिवस इमारतीजवळील झाडांवरून थेट (माणसांच्या)

घरात शिरण्याचा आणि दिसेल ती वस्तू लांबवण्याचा सपाटाच सुरू केला आहे. इमारतीच्या कठड्यांवरून बाल्कन्यात आणि जमलेच तर ती घरात घुसतात. घरात घुसायला जमले नाही, तरी खिडकीतून हात घालून हाताला लागेल ती वस्तू सराईतपणे लांबवतात.

कुठली वस्तू माकडांच्या हाती लागेल आणि घरातून गायब होईल, याचा पत्ताच रहिवाशांना लागत नाही. बरं, सगळ्या वस्तू थोड्याच कडीकुलपात ठेवणार? माकडांच्या या करामतींमुळे रहिवासी अक्षरश: बेजार झाले असून, दरवाजे-खिडक्या लावून घेण्याशिवाय त्यांना इलाजच उरला नाहीय. ऐन उन्हाळ्यात माकडांच्या भीतीने दिवसभर दारे-खिडक्या लावूनच बसण्याची वेळ आलीय. काही आयाबाया तर म्हणताहेत—वस्तूच पळवताहेत तोपर्यंत ठीक आहे हो, उद्या एखाद्या बाळालाच उचलून नेलं तर? तात्पर्य—माकडांचा हेतू सफल झाला आहे. 'नेहरूनगर कॉलनीत दिवसभर माकडांचा कल्ला' ही बातमी पेपरात झळकली आहे. पण घरातल्या वस्तूंचा माकडांना उपयोग काय? तरी त्या पळवताहेत, त्या अर्थी चोरीच्या हेतूनं माकडवाल्या टोळ्यांनी त्यांना कॉलनीत सोडलं असावं, असा काहींचा होरा आहे. पॉईंट आहे खरा! खरंच असं असेल, तर पोलीस खात्यानं कुत्र्यांबरोबरच माकडांनाही खात्यात भरती करून त्यांना प्रशिक्षण दिलं तर? पोलिसी माकडं निदान उर्मट उत्तर देणार नाहीत आणि लाचही खाणार नाहीत, हे तरी नक्की!

० - ० - ०

लिलाव-निखळ सौंदर्याचा

ऐश्वर्या राय ही पूर्वी मॉडेल असली तरी ती आता 'रोल मॉडेल' झाली आहे. तिच्याकडे आता वेगळ्या नजरेनं पाहिलं जातं. कारण आता ती विख्यात बच्चन कुटुंबीयांची सून आहे. तिचं भाग्य एवढं थोर की तिच्या नावानं एक शाळाही बांधली जाते आहे, तिकडे उत्तरेत. या पाठशालेत मुली शिकणार आहेत. त्यांच्यावर छान-छान संस्कार केले जाणार आहेत. बहुधा अमरसिंह या शाळेचे हेडमास्तर असणार आहेत. ते असो. अशा ऐश्वर्याचे (पूर्वी मॉडेल असताना काढलेले) अर्धवस्त्र (खरं तर अर्धनग्न) छायाचित्र मुखपृष्ठावर छापल्याबद्दल कुठल्याशा पाश्चात्य मासिकावर, बच्चन कुटुंबीय केस करणार आहेत म्हणे. सरळ आहे— उद्या त्या शाळेतल्या मुलींनी असले फोटो पाहिले तर?

पण अगदी ताजी गरमागरम हॉट बातमी आहे, कार्ला ब्रुनीची. कार्ला ब्रुनीला कोण (सौंदर्यप्रेमी पुरुष) ओळखत नाही? करेक्ट, तीच ती फ्रान्सची जगप्रसिद्ध मॉडेल. आधीच मर्कट तशात मद्यपि, असं म्हणतात तसंच ब्रुनीबद्दलही म्हणता येईल. आधीच मॉडेल, तशात पॅरिसची! पॅरिस ही तर जगभरातली रंगेल नगरी म्हणून ओळखली जाते. 'पॅरिस बाय नाईट' हा चित्रपट दिवसातून चार वेळा पाहणारे रसिकही आहेत. सांगायची (खरं म्हणजे प्रत्यक्ष बघण्याची!) गोष्ट म्हणजे, कार्ला ब्रुनी हिच्या एक अर्धबिर्ध नव्हे, तर पूर्ण नग्न अशा छायाचित्रांचा चक्क लिलाव होणार आहे. हे छायाचित्र दहा वर्षांपूर्वीचे आहे. त्यामुळे ते कार्लाच्या ऐन जवानीतले आहे. त्या वेळी ती नवोदित मॉडेल असल्यानं काहीही करायला एका पायावर तयार होती. तिच्या भन्नाट वागण्यामुळे, आणखी विवस्त्र छायाचित्रांमुळे ती चांगलीच चर्चेत होती. थोडक्यात, ती त्या वेळची फ्रान्सची राखी सावंत होती!! (हा राखीचा सन्मान, की कार्लाचा अवमान— हा विचार नको!) तर, आता क्रिस्टी या

प्रसिद्ध लिलाव केंद्रात तिच्या या छायाचित्रांचा लिलाव केला जाणार आहे. पण आता ती फ्रान्सचे राष्ट्राध्यक्ष निकोलस सार्कोजी यांची पत्नी आहे. ती दुसरी पत्नी असली, तरी आता फ्रान्सची प्रथम महिला आहे. थोडक्यात, तिचे सामाजिक स्थान केवढे तरी उंचावले आहे. अध्यक्षांच्या पत्नीकडे जनतेनं आदरयुक्त नजरेनं पाहणं अपेक्षित असतं. सध्या फ्रेंच जनता तसा आटोकाट प्रयत्न करीत आहे, तरी ते त्यांना जरा जडच जात आहे. अशात हे नग्न... सॉरी, विवस्त्र छायाचित्र प्रसिद्ध झालं तर... तिकडच्या संस्कृतिसंरक्षकांनी आक्षेप घेतला आहे. पण 'क्रिस्टी'ने हे सर्व आक्षेप धुडकावून लावले आहेत. ते म्हणतात, 'ब्रुनी ही जगातली सुंदर महिलांपैकी एक आहे. तिचे छायाचित्र एका नामांकित फोटोग्राफरने घेतलेले आहे. त्यात जराही अश्लीलता नाही. एक निखळ सुंदर अशीच ही कलाकृती आहे. लिलावात ४ हजार डॉलर्स म्हणजे सुमारे १ लाख ६० हजार रुपये अपेक्षित आहेत!' धन्य तो रसिक— ज्याच्या घरातील, कदाचित शयनगृहातील भिंतीवर, टेबलावर हे छायाचित्र झळकेल. आपल्याकडेही अशा निखळ सुंदर कलाकृतींचे लिलाव कधी सुरू होणार? देव करो आणि लवकर सुरू होवोत. प्रत्यक्ष नाही, तरी निदान टीव्हीवर पाहून तरी माझ्यासारख्या रसिकांच्या डोळ्यांचे पारणे फिटू शकेल!

०-०-०

ऐसे बैल अमर रहे

यू नो बैल पोळा? आय मीन बैल पोला... वेल, बैल मीन्स बुलक, काऊज हजबंड— ॲन्ड पोळा इज अ सण... मीन्स फेस्टिवल. डॅट डे नो वर्क फॉर बैल्स— दे आर डेकोरेटेड... दे डू मेकअप— वुइ कलर देअर शिंगाज— हॉर्न्स हॉर्न्स- नो नो नॉट रिक्षाज पॉप पॉप हॉर्न... सॉरी-सॉरी, थॉर्न! वुइ पूट झूल ऑन देअर बॅक— झूल मीन्स बैल्स शॉल यू नो— ॲन्ड वुई गिव्ह देम पुरणपोळी— द चपाटी ऑफ पुरन... पुरन मीन्स...

बैलपोळा म्हणजे काय, हे एका अमेरिकन टुरिस्टला सांगताना माझी अशी फें-फें उडाली होती! एरव्ही आपण बैलाला राबवून घेतो... एखाद्याला 'ए बैला' म्हणून त्याचा आणि बैलाचाही अपमान करतो. फक्त बैलपोळ्याच्या दिवशी, हल्लीच्या भाषेत म्हणजे 'बुलक्स डे' साजरा करतो. आपल्याकडे बैलगाड्यांच्या आणि नुसत्या बैलांच्या शर्यतीही लावल्या जातात. बैलाशिवाय नुसत्या गाड्यांच्या शर्यती अजून तरी लावल्या जात नाहीत. असो.

पण अलीकडे प्राणिमात्रांप्रमाणेच प्राणिमित्र वाढत चालले आहेत. कुणी सर्पमित्र असतात, कुणी कुत्र्यांचे कनवाळू असतात, कुणी पोपटांचे. प्राण्यांच्या कनवाळ्यामुळे त्यांच्या झुंजी आणि शर्यती बंद केल्या पाहिजेत, असे वारे सध्या जोरात वाहत आहेत. पूर्वी चित्रपटांमध्ये प्राण्यांचा सर्रास वापर केला जाई. आता मात्र प्राण्यांना भूमिका द्यायला निर्माते घाबरतात. युनिटपेक्षा प्राण्यांची जास्त काळजी घ्यावी लागते. 'जोधा-अकबर'मध्ये हत्तींना पुरेसे खाऊ-पिऊ घातले नाही, त्यांची हेळसांड झाली, असा आरोप काही प्राणिमित्रांनी केल्यानं बिचारा आशुतोष गोवारीकर चिंतेत पडला होता.

स्पेनमध्येही बैलांच्या शर्यती होतात. व्हिक्टोरियातील डेल रियो असं नाव असलेल्या एका सद्गृहस्थांचा बैल या शर्यतीमध्ये

नेहमी नंबर वन असतो. तसे रियो यांनी जवळजवळ ४०० बैल पोसलेले आहेत;
पण हा एक बैल त्यांचा अतिशय लाडका आहे. तो बैल रियोंना प्रेमाने चाटत
असतो. रियोंचा हा बैल वर्षाला ४० झुंजी खेळतो आणि हमखास जिंकतो. पण हा
बैल आता म्हातारा होत चालला आहे. पृथ्वीतलावरील सर्व सजीवांप्रमाणे हा बैल
मर्त्य असल्यानं तो कदाचित लवकरच राम म्हणेल. कदाचित 'रियो' म्हणत प्राण
सोडेल. पण रियोंना तो मेल्यावरही जिवंत हवा आहे. म्हणूनच ते या बैलाचे जीन्स
वापरून दुसरा बैल तयार करणार आहेत आणि आपल्या लाडक्या विक्रमी बैलाचा
अंश जपणार आहेत. त्यासाठी ५० हजार डॉलर मोजणार आहेत! हाऊ रोमॅंटिक!
शहाजहानंन मुमताजच्या स्मृतीसाठी ताजमहाल बांधला, हे जगातलं आश्चर्य मानलं
जातं. रियोंचा हा दुसरा बैल हेही नवं आश्चर्यच म्हणायला हवं. त्यामुळे असा
धडाकेबाज बैल अस्तित्वात होता, यावर पुढील पिढ्या विश्वास ठेवतील.

खरंच— बैलांचेच काय, माणसांचेही अंश असेच जपायला हवेत. सत्तेपेक्षा
जनतेचं हित पाहणारे राजकीय नेते, लाच न खाणारे शासकीय अधिकारी, स्वत:च्या
बँकेला न लुटणारे संचालक, विद्यार्थ्यांना पोटतिडकीने शिकवणारे शिक्षक... अशा
दुर्मिळ मानवप्राण्यांचेसुद्धा अंश जपायला हवेत; नाही का? फक्त त्यासाठीचा खर्च
कोण करणार, एवढाच प्रश्न आहे. कारण प्रेमळ रियो हेही दुर्मिळच असतात.

o - o - o

'रोबो' नर्सची ऐशितैशी!

फारच छान! सुंदर!! छे- छे—, हे मी कुणा एका स्त्रीला उद्देशून म्हणत नसून स्त्रियांसंदर्भातल्या एका धोरणाबद्दल बोलतो आहे. आजपर्यंत सैनिक म्हटलं की, आपल्याला जवानच आठवतो; जवानी आठवत नाही. सॉरी, स्त्री सैनिक काही नजरेसमोर येत नाही. पण आता स्त्रियांना सैन्यात भरती होण्यासाठी सरकार प्रोत्साहन देणार आहे. स्त्रिया बंदुका चालवणार, तोफा उडवणार. स्त्रिया सीमेचं रक्षण करणार, शत्रू सैन्यावर तुटून पडणार!

भारताच्या सीमेवर असं स्त्री-सैन्य सज्ज होईल, तेव्हा समोर आपल्याला पुरुषांऐवजी स्त्रिया का दिसताहेत यामुळे पाकचे सैनिक बावचळून जातील आणि बायकांच्या हातून मरण येण्यापेक्षा शरण तरी येतील किंवा स्वतःला गोळ्या घालून घेतील.

पण खरं तर सीमेवर स्त्रियांना सैनिक म्हणून पाठवायचं ठरलं तर बंदुकी, बॉम्ब यांची गरजच काय? आपल्याकडे एकसे एक सेक्सबॉंब आहेत. मल्लिका शेरावत, मलाईका, बिपाशा बासू आणि मुख्य म्हणजे राखी सावंत. राखीनं नुसतं तोंड उघडलं तरी फटाके फुटल्यासारखं वाटतं. अशी फटाकडी फौज पाठवली, तर कुठलाही रक्तपात न होता शत्रुसैन्याला गारद करता येईल. प्रत्युत्तर म्हणून पाकिस्तानंनंही सीमेवर महिला सैनिक पाठवले तरी तोफा, बंदुका कशाला हव्यात? निसर्गानं स्त्रियांना झिंज्या—सॉरी, लांबसडक केस दिले आहेत. स्त्रियांना एकमेकींच्या झिंज्या धरून लढण्यात खरी मजा येते. त्यामुळे लढाई झाली तरी— 'थांब, पाकिस्तानच्या सटवे, माझ्या देशावर हल्ला करतेस? तुझ्या झिंज्याच उपटते' असं म्हणत भारतीय स्त्री सैनिक तुटून पडतील आणि रक्तपात न करताही लढाई जिंकतील. केशपात होईल, एवढंच. पण एक लक्षात ठेवायला हवं— भले स्त्रिया लढायला पाठवल्या तरी बालवाडीत शिकवायलाही स्त्रियाच हव्यात. तीन-चार वर्षांची पोरं चड्ड्या सावरीत,

रडत-रडत बालवाडीत जातात, कारण त्यांना आई हवी असते. पण आई नसली तरी निदान शाळेत बाई हवी असते. विचार करा— बालवाडीत जर बायांऐवजी मिशीवाले बाप्ये शिकवायला ठेवले, तर पोरं येतील तरी का बालवाडीत? पोरांचे पापे बाप्ये घ्यायला लागले तर मिशा टोचल्याशिवाय राहतील का?

आणि हो— पोरांनाच काय बाप्यांनाही प्रेम, जिव्हाळा, ममता हवीच असते. म्हणून तर इस्पितळात नर्स असतात, परिचारिका असतात. 'सिस्टर' म्हणताना पुरुषांच्या जिभा जरा कचरतात, एवढंच.

कवी सोपानदेव चौधरी रुग्णालयात होते. अगदी हाडांचा सापळाच झालेले. मंगेश पाडगावकर त्यांना भेटायला गेले, तेव्हा आपली हाडं दाखवीत सोपानदेवांनी म्हटलं, ''आता तरी सांगा, मी हाडांचा कवी आहे की नाही?'' पाडगावकरांनी प्रश्न केला, ''अशा अवस्थेत तुम्ही विनोद करताय, मजेत जगताय; याचं रहस्य काय?'' सोपानदेवांनी बेल दाबली. एक सुबक, देखणी नर्स तत्परतेनं रूममध्ये आली. तिच्याकडे बोट दाखवीत सोपानदेव म्हणाले, ''हे माझं रहस्य आहे. हिच्याकडे पाहण्यासाठी मी जगतो आहे!'' ती नर्स तर लाजलीच, पण मंगेश पाडगावकरही लाजले.

असं असतं. तरीही आता म्हणे, 'रोबो नर्स' तयार करताहेत. जिथे रोबो नर्स असतील, अशा इस्पितळात कुठला जातिवंत पुरुष दाखल होईल हो? त्या रोबो नर्सची ऐशीतैशी!

० - ० - ०

शुभ घटस्फोट... सावधान!

मानलं आपण, खरंच मानलं. तुम्ही म्हणाल, कुणाला मानलं? सांगतो ना— मी मानलं अतुल कुलकर्णीला. आता निदान कोण बुवा हा अतुल कुलकर्णी, एवढं तरी विचारू नका. मान्य आहे, आमीर खान, अभिषेक खान... सॉरी, अभिषेक बच्चन... या मंडळींसारखा अतुल कुलकर्णी हा काही हीरो नव्हे. या हीरो मंडळींचं ग्लॅमर त्याच्याकडे नाही. अक्षयकुमारसारखे तो काही कोटीबिटी घेत नसेल, एका चित्रपटासाठी. एक नाना पाटेकर सोडला, तर कोटीमध्ये बोलणारा कुणी मराठी माणूस बॉलिवूडमध्ये नसेल. नाना पाटेकर तर फारच भारी आहे. मूड नसेल, तर एक कोटीचा चेक घेऊन साईन करायला आलेल्या निर्मात्यालाही तो 'चल फुट्' म्हणू शकतो... म्हणे.

असो. आपण अतुलबद्दल बोलतो आहोत. अतुल कुलकर्णी हा चक्क कुलकर्णी असूनही बॉलिवूडमध्ये आपली पोझिशन बनवून राहिलाय. कुलकर्णी आडनाव असून हिंदीत थोडंफार तरी का होईना नाव कमावणं; चेष्टा नव्हे. त्यामुळंच आपण कुलकर्णी आडनावाच्या सोनालीलाही मानतो. पण पुन्हा विषयांतर नको. आपण अतुलबद्दलच बोलूया. अतुलला ॲक्टर म्हणून तर आपण मानतोच. पण तेवढा एकच फॅक्टर नाहीय. त्याच्याकडे जिगर आहे, जिगर. कुठलीही मखलाशी न करता मी हे कबूल करतो की, फिगर असलेली स्त्री आणि जिगर असलेला पुरुष आपल्याला आवडतात. त्यातही स्त्रीकडे राखी सावंतसारखी फिगरबरोबरच जिगरही असेल, तर केशरी दुधात पिठीसाखर आणि स्वत:चे धोकादायक स्टंट करण्याच्या जिगरबरोबरच अक्षयकुमारसारखी फिगर असेल, तर सोने पे सुहागा. अरेच्या, पण आपण अतुलच्या जिगरबद्दल बोलतोय, नाही का?

हां, तर अतुलला आपण मानतो, ते त्याच्या सडेतोडपणाबद्दल.

एकदम रोखठोक माणूस. अलीकडे माझी बायको हीच माझी खरी मैत्रीण आहे, असं सांगण्याची ग्लॅमरविश्वातल्या पुरुष अभिनेत्यांमध्ये फॅशन आली आहे. हे खरंय की, बायकोचं आपल्या नवऱ्यावर खरंखुरं प्रेम असू शकतं. नवरा महानायक झाला, आयडॉल झाला की, बायकोच्या डोळ्यांत अश्रू येतात. ती आनंदाने ढसाढसा रडू लागते. हे सगळं टीव्हीवर दाखवतातही. पुन्हा तोच प्रश्न आहे. एवढ्यासाठी बायकोला मैत्रीण म्हणण्याचा अट्टहास कशासाठी? अतुल म्हणतो— नो नाय, नेव्हर. बेसिकली बायको ही मैत्रीण असते, हेच मला पटत नाही. बायको ही बायको असते आणि मैत्रीण ही मैत्रीण. (बायको बिचारी पहाटे उठून नवऱ्याला डबा बनवून देते. मैत्रीण मात्र हॉटेलात पुरुषाला चापून बिल भरायला लावते.) एखाद्या मुलीनं, शाळेतला माझा मित्र इतका जवळचा आहे की तो माझा भाऊच आहे, असं म्हणण्यासारखं हे आहे. हे भाऊपण लादणं झालं. बायकोवर मैत्रीणपण का लादायचं, असा अतुलनं त्याच्या एका मुलाखतीत खडा सवाल केला आहे. त्याच्या मते, मैत्री या नात्यात कसलंच कम्पलशन नसतं. एवढंच नाही, त्यानं पुढे म्हटलंय, समाजात जेव्हा घटस्फोटाचं प्रमाण वाढलेलं दिसतं तेव्हा मला आनंद होतो. कारण या कृत्रिम संस्थेविषयी ते प्रश्न उपस्थित करणं आहे. थोडक्यात काय, लग्नसमारंभाप्रमाणेच आता आपण घटस्फोटाचेही सोहळे साजरे करायला हवेत. त्यामुळे पेढेवाले, बॅन्डवाले, सगळ्यांचेच धंदे दुपटीनं वाढतील.

o - o - o

घोळ आणि अंघोळ

सध्या 'मॉल' संस्कृतीकडे झपाट्याने वाटचाल करणारे पुणे हे एके काळी 'सॉलिड' सनातनी होते. पुण्याच्या पर्वती मंदिरात 'अस्पृश्यां'ना प्रवेश नव्हता. 'अस्पृश्यां'च्या गल्ल्याही वेगळ्या होत्या. अस्पृश्यांची सावली अंगावर पडली तरी म्हणे, सनातनी ब्राह्मण अंघोळ करीत. त्यांच्या बायका वैतागत असत. 'किती मेलं अंघोळीला पाणी उपसायचं' म्हणून करवादत.

त्या वेळचा हा एक किस्सा आहे. तुळशीबागेत 'स्पृश्य सनातनी हिंदूं'ची सभा भरली होती. एकेक स्पृश्य सनातनी वक्ते मुक्ताफळे उधळीत होते. "अस्पृश्यांचा डोळा स्पृश्यांच्या मुलींवर आहे. ब्राह्मणांच्या गोऱ्या-गोमट्या बायका हव्या आहेत त्यांना..." वगैरे. 'भाल'कार भोपटकर तर पट्टीचे वक्ते. त्यांनी म्हटलं, "अरे, अस्पृश्यतेचा एवढा बाऊ तो काय करता? आम्ही घरातदेखील अस्पृश्यता पाळतो. आमची बायको जेव्हा मासिक पाळीत असते, तेव्हा तिलादेखील अस्पृश्य समजून तीन दिवस बाहेर बसवीत असतो!"

सारी सभा 'हॅं हॅं' करून हसली. सभेला तरुण वयातले एमेस जोशी बसलेले होते. त्यांना राहवलं नाही. हशा ओसरला तसं उभं राहत त्यांनी खड्या स्वरात म्हटलं, "तीन दिवस तिला दूर ठेवतो म्हणालात, पण चौथ्या दिवशी किती जवळ घेता, ते सांगितलं नाहीत?"

अबब! हा सरळ मर्मावरच घाला होता. सारी सभा चपराक बसावी तशी स्तब्ध झाली आणि पुढच्याच क्षणी एसेम जोशींवर गर्जना करीत तुटून पडली. सनातनी लाथा-बुक्क्या घालू लागले. सुदैवानं मित्रांनी 'एसेम'ना अक्षरश: उचललं आणि सभेबाहेर काढलं; अन्यथा 'एसेम'ची खैर नव्हती!

हा किस्सा आठवण्याचं कारण म्हणजे, आता पुणेच काय,

ठाणे-बिणे —अवघा महाराष्ट्र आणि हो, सारा भारतच 'सुधारला' आहे, असा आमचा समज होता. आता अस्पृश्य हा शब्दसुद्धा वापरीत नाहीत. गांधीजींनी 'हरिजन' म्हटलं... आता मात्र 'दलित' म्हटलं जातं.

आजही 'दलितां'चे बरेच कैवारी आहेत. पण त्यांच्यातही 'तू खरा कैवारी की मी' अशी 'तू-तू मैं-मैं' चालू असते. 'दलित' ही या राजकीय मंडळींची व्होट बँक असते. सध्या उत्तर प्रदेशात मायावती मॅडमचं राज्य आहे. त्यांनी फक्त दलितांच्याच नव्हे, तर गरीब ब्राह्मणांच्याही कल्याणाचा ठेका घेतला आहे. तरीही उत्तर प्रदेशमध्ये काँग्रेसच्या 'राजपुत्रा'नं, राहुल गांधींनी यावं, हे त्यांना अजिबात खपत नाहीये. गेल्याच महिन्यात राहुलजींनी इटावा आणि अमेठीत चक्क दलित कुटुंबीयांच्या घरांना भेटी दिल्या. हल्ली ते टीव्हीवरचे आदेश बांदेकर जसे कुठल्याही घरात घुसून बायकांना चकित करतात, तसेच राहुलजी अचानक एखाद्या दलित घरात घुसतात. रुखी-सुखी रोटी खातात, असं म्हणतात. कधी कधी रात्री तिथल्याच एखाद्या खाटेवर झोपतातही. यूपीतले मच्छर समजूतदार असल्यानं अशा पाहुण्याला चावत नाहीत, म्हणून ठीक आहे.

दौऱ्यातही राहुलजी एखाद्या दलिताशी हस्तांदोलन करतात, एखाद्या मुलाला कडेवर घेतात; ही लुडबूड मायावतींना खपली नाही. तेव्हा त्यांनी अतिशय मौलिक अशी माहिती दिली. एक मोठा घोळ आहे. त्यांनी म्हटलं, "अहो, दलितांना भेटल्यानंतर राहुल गांधी साबण लावून अंघोळ करतात आणि नंतर अत्तर लावतात!" थँक्यू मायावतीजी! ही अंघोळीची 'आयडिया' आवडली आपल्याला. यापूर्वी आम्ही फक्त एखाद्या अंत्ययात्रेला जाऊन आलो, तरच अंघोळ करायचो. आता मात्र कुठल्याही राजकीय सभेला जाऊन आल्यानंतर आम्ही अंघोळ करू लागलो आहोत, तीही साबण लावून. अत्तर लावायचंच तेवढं बाकी आहे!

o - o - o

बच्चा होगा तेरा बाप!

'मुलं म्हणजे देवाघरची फुलं', असं म्हणतात. देव इतकी सगळी 'फुलं' पृथ्वीतलातल्या घरोघरी का पाठवतो, ते देवच जाणे! पाठवतो, एवढं खरं. पूर्वी जेव्हा आई-बाबाही मुलांइतकेच निरागस... निरागस कसले— 'अडाणी' होते, तेव्हा त्यांना असंच वाटायचं की, आपल्याला देवाच्या कृपेनंच मुलं होतात. आज मात्र मुलांनाही माहीत असतं, आपण कसे जन्माला आलो ते! बरं, मुलं म्हणजे अगदी गुलाबाची फुलं म्हटली तरी त्यांना काटे असतातच. काटे असतात तेच काटें! आणखी एक पोरांच्याबद्दल समज म्हणजे असा... लहान मूल म्हणजे मातीचा गोळा, आकार द्यावा तशी मूर्ती घडते. हे जिवंत मातीचे गोळे. चिखलात खेळतात, 'सर्फ एक्सेल है ना' असं आईलाच सुनावून कपड्यांची धुळवड करतात. बरं, या गोळ्यांना 'आकार' देण्यासाठी थपडा माराव्यात, तर हे गोळे मोठ्यानं भोकाड पसरतात. मग अख्ख्या कॉलनीत बभ्रा होतो— 'मारतात हो पोरांना!' पोरं काय उच्छाद मांडतात, याचा विचार कुणी करीत नाहीत.

त्यात आपले पंडितजी म्हणजे जवाहरलाल नेहरू हो— त्यांना म्हणे, मुलं फार आवडत आणि गुलाबाची फुलं. रोज एक गुलाबाचं फूल ते कोटाला लावत. मूलसुद्धा अडकवता आलं असतं, तर त्यांनी रोज एक छानसं मूलही कोटाला लटकावलं असतं. मग त्यांना कळलं असतं, मुलं नक्की कशी असतात ते. दर अर्ध्या तासानं कोट ओला झाल्यामुळं बदलावा लागला असता! तात्पर्य काय, 'बच्चे मनके सच्चे' ही बड्या मंडळींची अत्यंत भाबडी समजूत असते, ती खरी नव्हे. लांब कशाला; बालवयात मी स्वत: काय काय 'उपद्व्याप' केले, हे (खरं-खरं) सांगितलं, तर जगातल्या बड्या बड्या बालमानसतज्ज्ञांचे डोळे पांढरे होतील. त्यातून हल्लीची पोरं तर इतकी 'स्मार्ट' झालीयत की विचारू नका.

'अडाणी' आयांना— सॉरी, मम्यांना 'मोबाईल' कसा वापरायचा, हे मुलंच शिकवतात. ते कशाला, नेटवरच्या कुठल्या वेबसाईट्स मुलांनी पाहण्यासारख्या नसतात, याची माहितीही मोठ्यांपेक्षा मुलांनाच जास्त असते. 'सेक्स' शब्द उच्चारायला आजही आया-बाया लाजतात; पण 'कुठली हिरोईन सॉलिड सेक्सी आहे', यावर मुलांच्यात मात्र एकमत असतं!

अशी अगदी यच्चयावत पोरं स्मार्ट झालीयत, तरी 'अरे, तुम तो अभी बच्चे हो' हे बोलण्याचं धाडस बड्यांना होतंच कसं? सगळेच बेटे हल्ली बापसे सवाई असतात, तरीही बच्चे म्हणजे कच्चे. असली जुनाट, भोळसट कल्पना का? उत्तर प्रदेशात निवडणुकीचा प्रचार करताना राहुल गांधींनी 'पाकिस्तान हमनेही तोडा' म्हटलं, तर अमरसिंहजींनी म्हटलं, 'वो तो अभी बच्चा है!'

अलीकडेच राज ठाकरेंनी मुंबईत मराठी-अमराठी वाद पेटवला, तर लालुप्रसादांनी म्हटलं, 'वो तो अभी बच्चा है!'

फार कशाला— नुकतेच अंजू जॉर्जनं, 'पी. टी. उषा ही आंतरराष्ट्रीय किंवा ऑलिंपिक दर्जाची खेळाडू नव्हतीच' असे तारे तोडले, तर पी. टी. उषानं म्हटलं, 'वो तो अभी बच्ची है!'

ही विधानं बच्चे कंपनीचा अवमान करणारी आहेत. असली विधानं त्वरित थांबली पाहिजेत; अन्यथा या मंडळींना 'बुड्ढा होगा तेरा बाप' या धर्तीवर 'बच्चा होगा तेरा बाप' असं सुनवायलाही बच्चे कंपनी कचरणार नाही!

o - o - o

लग्नाची बेडी घाला!

'अय्या, किती गोड दिसतो; नाही?'... 'ओह, ही इज सो क्यूट!'... 'हाये कितना प्यारा लगता है... कही मेरी नजर ना लग जाये!'... मला एवढ्या तीनच भाषा येतात, त्यामुळे एकाच उद्गाराची ही भाषांतरे इथेच थांबवतो. पण भारतात चौदा की अठरा भाषा आहेत, शिवाय किती तरी उपभाषा. त्या सर्व भाषांमध्ये हे उद्गार निघत असतात. देशातल्या विविध प्रदेशांतल्या— विविध जाती-धर्मांतल्या; परंतु एकाच वयोगटातल्या तरुणी हे उद्गार एकाच तरुणाबद्दल काढत असतात. तो तरुण म्हणजे, राहुल गांधी. राहुल गांधी हे राजपुत्र असोत-नसोत, राजबिंडे आहेत, याबद्दल भाजप व कम्युनिस्ट पक्षाचंही एकमत व्हायला हरकत नाही. त्यांच्या गालाला चक्क खळी पडते. खळ्या पडणाऱ्या स्त्रिया बऱ्याच असतात; खळी पडणारा पुरुष एखादाच असतो. अशा 'खळी'दार राजबिंड्या तरुणाबद्दल तरुणी उसासे न सोडतील, तरच नवल.

दुसरा एक मुद्दाही वादातीत आहे. मुलाचं लग्नाचं वय किती असावं, याबद्दल सध्या चर्चा चालू आहे. त्याबद्दल विद्वानांत मतभेद आहेत; परंतु राहुल गांधी हे आता लग्नाला आले आहेत, याबद्दल विद्वानांत एकमत आहे. पण गंमत म्हणजे, हे लग्नाळू राजपुत्र लाजाळू आहेत. राजकारणात नेते निर्ढावलेले असतात; परंतु राहुलजी हे तसे नवोदित नेते आहेत. एका परिषदेत पत्रकारांनी त्यांना 'तुम्ही लग्न कधी करणार?' असा प्रश्न विचारला, तेव्हा राहुलजी चक्क लाजले. लालेलाल झाले आणि हाय! ती गोड खळीही पडली!

'तरुणी'मध्ये तुम्ही लोकप्रिय आहात, अशी मौलिक माहिती पत्रकारांनी त्यांना दिली, तेव्हा तर ते कुणी तरुणीही लाजणार नाही इतके लाज-लाज लाजले. खरं तर आजकालच्या तरुणींमध्येही लाजणं कालबाह्य झालं आहे.

पण त्या पत्रकारांना धन्यवाद द्यायला हवेत. भारताने अमेरिकेशी

अणुकरार करावा की नाही, लाल गहू आयात करावा की नाही, पुढच्या निवडणुका केव्हा घ्याव्यात... हे प्रश्न नक्कीच महत्त्वाचे आहेत; पण राहुलजींचं लग्न हाही प्रश्न तितकाच महत्त्वाचा आहे. त्यामुळे तोही 'ऐरणी'वर आला, हे बरं झालं.

काही झालं तरी राहुल यांचं आडनाव गांधी आहे. त्या आडनावाच्या लोकप्रियतेमुळेच आपल्याला राजकारणात स्थान मिळालं, अशी कबुलही राहुलजींनी दिली आहे. मग हे भाग्यशाली आडनाव कुठल्या तरुणीला लावलं जाणार, हा महत्त्वाचा प्रश्न नाही का? इंदिरा गांधी- राजीव गांधी- राहुल गांधी— यानंतर कोणता गांधी, याचं उत्तर राहुलजींचं लग्न झाल्याशिवाय कसं मिळेल? आता लग्न केलं तर किमान नऊ महिने तरी त्यासाठी थांबावं लागेल. लग्न जितकं लांबेल तितका पाळणाही लांबेल आणि पुढचा गांधी कोण, या प्रश्नाचं उत्तरही!

राहुल लाजाळू असल्यानं 'माँ, मेरी शादी कब करोगी?' असं ते सोनियाजींना विचारणं शक्यच नाही; पण सोनियाजींना हे कळायला नको का? पण लग्नाचं बाजूलाच राहिलं— नुकतंच त्यांनी यूपीमध्ये, 'वेळ पडली तर राहुल तुरुंगात जाईल', असं जाहीर करून टाकलं.

मॅडम, राहुलजी तुरुंगात जातील तेव्हा त्यांना डबा घेऊन भेटायला कोण जाईल, याचा तरी विचार करा. आधी लग्नाची बेडी तरी घाला...

० - ० - ०

तुरुंगाची हवा

'चला, तुम्हाला चौकीवर यावं लागेल', असं एखाद्या पोलिसानं म्हटलं की, आपल्यासारख्या मध्यमवर्गीय माणसाच्या छातीत धडकीच भरते. असं म्हणतात की, कर नाही त्याला डर कशाला? ते म्हणायला ठीक आहे हो— पण काहीही केलेलं नसलं तरी खाकी वर्दी... पोलीस... चौकी म्हटलं की, धडधडतंच. मी तर बोलून-चालून लेखक. सगळ्यात निरुपद्रवी प्राणी. तरीही पोलीस आले की वाटतं— बापरे, मी एखादी कथा चोरल्याचं यांना कळलं की काय? सांगण्याचा मुद्दा— नुसती पोलीस चौकी म्हटलं तरी आपली छाती धडधडते; मग तुरुंग म्हटल्यावर तर मी धडाधडा उडेनच. पायसुद्धा लटालटा कापायला लागतील. तुम्ही-आम्ही तुरुंग पाहणार ते फक्त चित्रपटातून. चित्रपटातल्या नट-नट्यांना मात्र त्या शूटिंगचा फायदा होतो. संजय दत्तचंच बघा ना. 'नायक नहीं, खलनायक हूँ मैं' या गाण्यामुळे पोलीस खरोखरच त्याला पकडायला आले तरी तो तुमच्या-आमच्यासारखा दचकत नाही. आताशा सलमानलाही तुरुंगाची भीती वाटत नाही. काही झालं तरी ही मंडळी ग्लॅमरवाली. जेलचे सुपरिंटेंडेंट त्यांच्याशी काय कडक वागणार? उलट, ते स्वत:च्या मुलीसाठी त्यांचा ऑटोग्राफ घेऊन ठेवणार! त्यातून त्यांना मान्यता, कॅटरिना अशा सुंदरी जेलमध्ये भेटायला येणार! जेलची सवयच नव्हे तर जेलची ओढ असणारी दुसरी जमात म्हणजे पुढारी, चळवळी मंडळींची. खूप दिवस घरचं अन्न खाल्लं की त्यांना करमत नाही. मानवतही नाही. मग ते 'जेलभरो' आंदोलन करून पोलिसांना दमच भरतात, 'आम्हाला पकडताय, का आंदोलन तीव्र करू?' आणि स्वत:ला अटक करवून घेतात. आपले माजी राष्ट्रपती झैलसिंग तर विचारूच नका. ते सारखे जेलमध्येच असायचे. म्हणूनच त्यांना 'जेलसिंग' म्हणत... ते नंतर झैलसिंग झालं. अशी मंडळी निवडणुकांना उभी राहतात, तेव्हा आपल्या वायटोळ्यात...

सॉरी, बायोडाट्यात अभिमानानं लिहितात, 'अमक्या चळवळीसाठी सात वर्षे तुरुंगवास भोगला आहे.'

पण तुम्ही-आम्ही थोडेच निवडणुकीला उभे राहतो? मुद्दा काय, तुरुंग म्हणजे आपल्या मध्यमवर्गीय पापभीरू मनोवृत्तीला सुरुंगच. पण मंडळी, 'अब दिल्ली दूर नहीं' या चालींवर सांगून ठेवतो, 'अब जेल दूर नहीं.' तुम्ही भले सभ्य असाल; पाकीट मारणं तर सोडाच, उलट रस्त्यावर तुम्हाला सापडलेलं पाकीटही प्रामाणिकपणे चौकीत जमा करीत असाल; प्रवास करताना स्त्रियांना (विशेषत: तरुण स्त्रियांना) आपला धक्का लागू नये याची आटोकाट दक्षता घेत असाल— तरीही तुम्हाला आता तुरुंगात जावं लागेल. म्हणजेच, तुमच्या राशीत कधी ना कधी 'तुरुंगयोग' असू शकेल.

आपले शालेय शिक्षणमंत्री वसंत पुरके लवकरच एक ऐतिहासिक विधेयक मांडणार आहेत. शिक्षणाचा अधिकार— राईट टू एज्युकेशन. या विधेयकात जे पालक त्यांच्या मुलांना शाळेत पाठविणार नाहीत, त्यांना तुरुंगात पाठविण्याची तरतूद असणार आहे. दचकलात? हे बघा— आपल्या मुलांनी शिकून मोठं व्हावं, असं कुठल्या पालकांना वाटत नाही; हे अर्ग्युमेंट चालणार नाही. कारण हल्ली मुलं न शिकताच मोठी होताहेत; तीही लैंगिक शिक्षण न घेताच. यापुढे ते चालणार नाही. मुलांना शाळेत पाठवा, नाही तर तुरुंगात जाण्याची तयारी ठेवा. अर्थात याबाबतीत बाबांना पकडण्यात प्राध्यान्य दिलं जाईल की आयांना... की दोघांनाही अटक होऊ शकते, हे पुरकेंनी अजून ठरवलेलं नाहीय. पण भ्रमात राहू नका... दोघांना पकडलं तरी तुरुंगात एकत्र राहता येणार नाहीय. तेव्हा यापुढे एक दिवस अंघोळ केली नाहीत तरी चालेल; तुम्ही स्वत: कामावर गेला नाहीत तरी चालेल, पण सांभाळा पोरांची शाळा आणि संभाव्य तुरुंगवास टाळा! पाल्य शाळेत हजर हवा; नाही तर खाल तुरुंगाची हवा! हा हा हा!...

o - o - o

अविचारसंहिता

हा हा हा! हा हा हा हा !! यापेक्षा दुसरी प्रतिक्रिया असूच शकत नाही; अर्थात आमची. तेच जर लोकमान्य टिळक आज हयात असते, तर त्यांनी 'केसरी'तून ठणठणीत सवाल केला असता— 'सरकारचे डोके ठिकाणावर आहे काय?'

सरकारचे म्हणजे ब्रिटिश सरकारचे नव्हे, महाराष्ट्र सरकारचे! खरं तर कमीत कमी बंधन घालते, अधिकाधिक स्वातंत्र्य देते; ते चांगले सरकार मानले जाते. पण महाराष्ट्र शासनालाही 'साहेबा'ची व्याख्या मंजूर नसावी, असं दिसतंय. शासनानं संरक्षण, गुन्हेगारांचा बंदोबस्त, अतिरेकी कारवायांवर अंकुश या गोष्टीत खरं लक्ष घालायचं असतं. राजकीय गुन्हेगारी रोखायची असते. पण अतिरेकी आणि गुन्हेगार निर्ढावलेले असतात. ते सरकारच्या फतव्यांना भीक घालीत नाहीत. पण शासनानं कुणावर तरी दंडेली गाजवलीच पाहिजे. म्हणूनच महाराष्ट्र शासनानं शिक्षकांना वेठीला धरायचं ठरवलंय. मास्तर ही जमात म्हणजे 'मुकी बिचारी कुणी हाका' असे सरकार मानते. जनगणना असो, निवडणुका असोत, गुरेगणना असो; शिक्षकांना बिनदिक्कत कामाला जुंपलं जातं.

इथपर्यंत तरी ठीक होतं. पण एवढ्यानं शासनाचं समाधान झालेलं नाहीय, म्हणून महाराष्ट्रातील शिक्षकांसाठी राज्य सरकारनं आता एक कडकडीत 'आचारसंहिता' तयार केली आहे. काही झालं तरी शिक्षक हे उद्याची पिढी घडवत असतात; तेव्हा या कार्यासाठी शिक्षकांचं चारित्र्य कसं धुतलेल्या बासमती तांदळासारखं स्वच्छ असायला हवं.

म्हणूनच सरकारनं आता शिक्षकांसाठी फतवा काढण्याचा संकल्प सोडलाय. तो फारच भारी फतवा आहे. भारी म्हणजे, 'लय भारी'! पहिली गोष्ट म्हणजे शिक्षकांनी सट्टा, जुगार, मटका, खेळता कामा नये. हे ठीक आहे. पण आता शिक्षकांनी शेअरबाजारात पैसे

गुंतवू नयेत, कारण म्हणे तो एक प्रकारचा सट्टा आहे! एवढंच काय, शिक्षकांच्या कुटुंबीयांनीही शेअरमध्ये गुंतवणूक करायची नाही. शेअरबाजार म्हणजे सट्टेबाजी असेल तर पी. चिदंबरम यांना 'सट्टेबाजी'ला प्रोत्साहन देण्याबद्दल बेड्या का घालू नयेत? असो.

दुसरी गोष्ट— शिक्षक किंवा शिक्षिकेला जर घटस्फोटित जोडीदाराशी विवाह करायचा असेल, तर त्या जोडीदाराचा आधीचा जोडीदार म्हणे जिवंत असता कामा नये! म्हणजे जर तो जिवंत असेल, तर तो मरायची वाट पाहावी! हा हा हा! हा हा हा हा!!

शिक्षकांनी कथा, कविता किंवा अन्य साहित्य लिहून प्रसिद्धीसाठी पाठवू नये. जाहीर व्याख्यानेही देऊ नयेत. म्हणजे शाळेतील आणि कनिष्ठ महाविद्यालयांतील शिक्षक, कुणीही शिक्षक कविता करताना अथवा भाषण देताना 'सापडला' तर त्याला तिथल्या तिथं बाकावर उभं केलं जाईल किंवा टेबलावर! हा हा हा! हा हा हा हा!!

शिक्षकांनी कुठल्याही समारंभात पाचशे रुपयांपेक्षा अधिक आहेर भेट घेता कामा नये! बाटाचे बूट ४९९ रुपयापर्यंत असतील तर ते फक्त घेता येतील! हा हा हा! हा हा हा हा!

आणि हो... आपला नातलग निवडणुकीला उभा असेल, तर शिक्षकानं व्यवस्थापनाला लगेच कळवलं पाहिजे, तसेच तो जर निवडणुकीत पडला, तर तेही कळवलं पाहिजे! हा हा हा! हा हा हा!! या 'अविचार संहिते'त एक कलम वाढवायला हवं— हार्ट ॲटॅक आला तरी शिक्षकांनी व्यवस्थापनाला कळविल्याशिवाय दवाखान्यात भरती होऊ नये आणि किमान एक महिना पूर्वसूचना दिल्याशिवाय आकस्मिक डोळे मिटू नयेत. असं करणाऱ्या शिक्षकांवर मग ते जिवंत असोत वा मृत— अतिशय कडक कारवाई केली जाईल! हा हा हा ! हा हा हा हा!!

o - o - o

असेच असते पालक अमुचे...

जग काय झपाट्यानं बदलतंय हो! अर्थात तुम्हालाही ते जाणवत असणारच म्हणा. पण तुम्हाला सांगतो, काही काही जुनाट कल्पना अगदी मोडीतच निघाल्यात. आता शाळांच्या परीक्षाच घ्या ना—

मला आठवतं... परीक्षा असली की, आम्ही मुकाट कुथायचो. म्हणजे— हे पाठ कर, ते पाठ कर. लाईट गेली तर मेणबत्ती लावून अभ्यास कर. पूर्वीचे काही थोर पुरुष म्युनिसिपाल्टीच्या दिव्याखाली अभ्यास करीत. त्यामुळेच ते थोर होत.. पण आमच्या वेळी म्युनिसिपाल्टीच्या दिव्यांखाली बसायची फॅशन नव्हती... त्यामुळे आम्ही काही थोर नाही होऊ शकलो.

पण पास होणं तर आवश्यक होतं. प्रगतिपुस्तकात लाल रेघ आली की, संपलंच! फोडून काढण्याच्या बाबतीत वडील हयगय करीत नसत. शिवाय त्या वेळची जुनाट पद्धत म्हणजे, आपला अभ्यास आपणच करायचा. आपला पेपर आपणच लिहायचा. हो.. म्हणजे हल्ली काही 'डमी' मंडळी दुसऱ्याचा पेपर लिहितात. आम्हाला या डम्यांची माहितीच नव्हती.

आणि हो... मुख्य म्हणजे, पूर्वी एखाद्या पेपरला कॉपी करायची झाली तरी तीही स्वतःच करायला लागायची. पर्यवेक्षकांच्या नकळत कॉपी करणं म्हणजे भलतीच जोखीम असायची. बरीचशी पोरं अर्ध्या चड्डीच्या आत चक्क मांडीवर स्पेलिंग्ज, सूत्रं पेननं लिहून आणत. पण मास्तरही वस्ताद होते. (त्यांनीही त्यांच्या विद्यार्थि-दशेत हेच केलेलं असायचं. चड्डीऐवजी धोतर असायचं, एवढाच फरक. शिवाय तेव्हा त्यांना टोप्यासुद्धा असत कॉप्या लिहायला) असो. पण कॉपी करताना पकडलं जाण्याची भीती असायची. शेजारचं पोरगं समजूतदार नसलं, तर चुगली करायचं. मग सगळी बदनामी. पुन्हा घरी कळलं की, बाबा 'फोडायला'

टपूनच बसलेले असत.

पण आजचे विद्यार्थी किती भाग्यवंत आहेत! विशेषत: दहावी-बारावीच्या विद्यार्थ्यांना आज कॉप्या पुरवण्यासाठी आई-बाप, भाऊ, नातेवाईक, मित्र असतात. परीक्षेत कॉपी करू नये, असाच नियम आजही आहे. आणि कॉपीच्या प्रकारांना आळा घालण्यासाठी 'भरारी पथकं'ही नेमली जातात. ती शाळा-शाळांत जाऊन व्हिडिओ चित्रण करतात. करेनात का, शूटिंग चालू असताना कॉपी करण्याइतके विद्यार्थी मूर्ख नसतात! पथक गेलं की, सगळी 'फौज' कामाला लागते. नुकताच दहावी इंग्रजीचा पेपर झाला. तर... उदाहरणार्थ— गंगाखेडला परीक्षेच्या दालनात, केंद्रावर, झेरॉक्स सेंटरवर अक्षरश: जत्रा भरली होती. एकेका पोरासाठी पाच-दहा नातेवाईक, मित्रांची फौज उत्तरं शोधून, झेरॉक्स करून पहिल्या-दुसऱ्या मजल्यावर मागच्या बाजूने 'चढाई' करून कॉप्या पुरवीत होती. काही ठिकाणी तर एका विद्यार्थ्याजवळ दोन-दोन हितचिंतक बसून पेपर सोडवीत होते. केवढी ही सहकार्याची भावना... जणू सारं कुटुंबच परीक्षेला बसलेलं! केवढी आत्मीयता, केवढी गुंतवणूक!

पण पाथरीला, परीक्षा मंडळानं बैठं पथक पाठवलं, छायाचित्रकारासह. ते भरारी घेऊन जाईचना. हे पथक गेल्यावर आपल्या पोरांना कॉप्या पुरवता येतील, म्हणून शाळेच्या चारही बाजूनं हितचिंतकांचा जमाव जमा झालेला; पण पथक ठिय्याच मारून बसलेलं. पेपर संपायला अर्धा तास राहिला तरी पथक हलेना म्हटल्यावर पालकांचा धीर सुटला आणि त्यांनी पथकावर सरळ हल्लाच चढवला. कॉपीला मज्जाव केल्याबद्दल चक्क दगडफेक केली. कॅमेराही फोडला. आमच्या पोरांना कॉप्या पुरवू देत नाहीत, म्हणजे काय? पथकाची अक्षरश: घबराट झाली. ओहोहो, धन्य ते विद्यार्थी— ज्यांचे पालक कॉप्या पुरवण्यासाठी असा हल्लाबोल करतात! हेवा वाटतो त्यांचा. असेच असते पालक अमुचे... जाऊ दे, 'अशीच असती आई आमची सुंदर रूपवती...' या गाण्याची कशाला कॉपी करू?

० - ० - ०

आम्हीही 'रश्दी' झालो असतो...

लेखक पुस्तक का लिहितो? नाव मिळावं, खपलं (आणि प्रकाशक डॉबिस नसेल) तर मानधन मिळावं... यासाठी. पण त्यासाठी वाचकांनी ते वाचलं तर पाहिजे? मुद्दा काय, शक्यतो पुस्तकं लिहिली जातात ती वाचण्यासाठी. मग ती चक्क विकत घेऊन वाचावीत, ग्रंथालयातून आणून वाचावीत, मित्रांकडून 'वाचून लगेच आणून देतो' म्हणून आणावीत आणि परत करायला विसरावीत... पण वाचावीत. आता तर लोक मराठी पुस्तकं वाचत नाहीत, म्हणून 'वाचाल तरच वाचाल' असा दमही दिला जातो.

पण काही पुस्तकं ही वाचण्यासाठी नव्हे, तर जाळण्यासाठीच लिहिली जातात. म्हणजे, सरपण म्हणून चुलीत किंवा बंबात घालण्यासाठी नव्हेत; निषेध म्हणून रस्त्यावर जाळण्यासाठी. सावरकरांनी कशी परदेशी कपड्यांची पहिली होळी केली होती— तशीच काही पुस्तकांची होळी केली जाते. त्यामुळे काही पुस्तकं ही जशी 'बेस्टसेलर' म्हणून गाजतात, तशी काही पुस्तकं 'बेस्टबर्नर' म्हणून गाजतात. विषय ज्वलंत असल्यामुळे ती ज्वालाग्राही असतात. कधी कधी तर अशी वादग्रस्त पुस्तकं जाळण्याची टूमच येते. आपल्याकडे जाळण्याच्या बाबतीत विक्रम झालेलं पुस्तक म्हणजे मनुस्मृती. आजपर्यंत मनुस्मृतीच्या किती प्रती जाळल्या गेल्या असतील, देव जाणे. मनुस्मृती जाळणं म्हणजे आपण पुरोगामी असल्याचं सिद्ध करणं. यातले किती लोक ती वाचून जाळतात, तेही देवच जाणे; पण जाळतात खरं. कुठल्याही पक्षाला ठोस राजकीय कार्यक्रम नसला की स्थानिक नेते म्हणतात— 'चला, मनुस्मृती जाळू या. बरेच दिवस झाले, जाळलीच नाही.'

तर, असंच दुसरं पुस्तक म्हणजे ते सलमान रश्दींचं 'दि सॅटॅनिक व्हर्सेस!' (तेच ना हो... आता फक्त रश्दींचं नावच लक्षात राहिलंय, पुस्तकाचं नक्की आठवत नाही) बापरे! काय होतं त्या

पुस्तकात, ते वाचणारेच जाणोत. आम्ही ना मनुस्मृती वाचलीय, ना रश्दीकृती. पण मुस्लिमांच्या धार्मिक भावना दुखावल्या गेल्या आणि रश्दींचं पुस्तक वाचण्याऐवजी जाळलंच जाऊ लागलं. एवढंच काय, त्या इराणच्या अयातुल्ला खोमेनींनी तर जाहीर फतवाच काढवा— 'सलमान रश्दीको खतम करो!' जिवे मारण्याचा फतवा निघालेला पहिला, एकमेव लेखक! आपण म्हणतोय, (मराठी) वाचाल तर वाचाल! खोमेनी म्हणत, रश्दी वाचाल तर मराल! रश्दी, तुम्ही तर मरालच मराल! अरेऽऽरेऽरे! असे हळहळलो ना आम्ही. जीव तिळतिळ तुटणं म्हणजे काय, ते तेव्हा कळलं. लेखकानं एक पुस्तक लिहिलं आणि तो आयुष्यातनं उठला. ते अज्ञातवासात गेले म्हणून वाचले. पण हे काय जिणं म्हणायचं का हो? आयुष्यभर आपलं तोंड लपवत हिंडायचं. पत्ता लागू नये म्हणून घरं बदलत राहायची. बाकीचे लेखक कसे वाचकांच्या गराड्यात राहतात, चाहत्यांना स्वाक्षऱ्या देतात— पुरेसे म्हातारे झाले की साहित्य संमेलनाचे अध्यक्ष होतात... वगैरे. यातलं काहीच नाही. काय अर्थ आहे अशा जगण्याला, असा आमचा समज होता. पण तेवढ्यात बातमी आली, रश्दींनी लग्न केलं. ज्याच्या डोक्यावर 'इनाम' लावलंय, त्याच्या गळ्यात हार घालणाऱ्या स्त्रीचं कौतुकच करायला हवं. पण तिचं कसलं कौतुक; कौतुक रश्दींचं करायला हवं. त्यांनी तिला सोडलं आणि दुसरीशी लग्न केलं... मग तिसरीशी... मग चवथीशी आणि आता ६० व्या वर्षी ते पाचवा विवाह करताहेत! अज्ञातवास आणि सुंदर स्त्रियांचा सहवास! खरं सांगू, आता आम्हाला रश्दींची नव्हे, स्वत:चीच हळहळ वाटतेय. असंच एखादं वादग्रस्त पुस्तक लिहिलं असतं, तर एव्हाना आमचा निदान एक तरी विवाह झाला असता!

० - ० - ०

बोंबाबोंब

'होळी रे होळी
पुरणाची पोळी
साहेबाच्या बोच्यावर
बंदुकीची गोळी?'

असं गाणं आम्ही लहानपणी म्हणत असू. यातील 'बोचा' या शब्दामुळं 'लोचा' होण्याची शक्यता आहे. पण तो शब्द ग्राम्य किंवा बोली भाषेतला असला तरी अश्लील नाही, असं माझ्या बालबुद्धीला वाटलं आणि सभ्य भाषेत त्याचा अर्थ 'पार्श्वभाग' असा होतो.

साहेब म्हणजे अर्थातच गोरा (खरं तर माकडासारखा लाल तोंड्या) इंग्रज साहेब, जो व्यापाराच्या मिषानं इथं आला आणि 'फोडा न् झोडा' या तंत्राचा वापर करून त्यानं हिंदुस्थान ताब्यात घेतला. चक्क दीडशे वर्ष राज्य केलं. ज्यानं फोडा न् तोडा तंत्र वापरलं, त्या गोऱ्या साहेबाला थोडं लोकगीतातून झोडलं, तर कुणाच्या पिताश्रीचं काय गेलं? साहेबाच्या डोक्शात बंदुकीची गोळी, असंही म्हणता आलं असतं; पण मग साहेब जागीच खपला असता. त्यामुळे त्याच्या डोक्याऐवजी गोळीसाठी पार्श्वभागाची निवड करण्यात आली असावी. त्या शब्दामुळेच आम्ही मोठ्या चेवानं हे गाणं म्हणायचो आणि एरवी असले ग्राम्य शब्द वापरले, तर कानफटात मिळायची. पण होळी असली की खास सूट असायची. प्रेमात जसं सगळं माफ असतं, तसं होळीतही खूप काही माफ असायचं. उत्तर प्रदेशात तर आजही म्हटलं जातं, 'बुरा न मानो होली है!'

होळीसाठी आम्ही पोरं मोठ्या उत्साहानं लाकडं नव्हे, तर घराघरांतून गोवऱ्या गोळा करायचो. नव्या पिढीला गोवऱ्या हा एक रोग आहे, असं वाटेल. गोवर हा तो रोग... पण गोवऱ्या म्हणजे

शेणाच्या भाकऱ्या! आणि हो, शेण म्हणजे गाईची किंवा म्हशीची शी! स्टूल ऑफ काऊ ऑर बफेलो. बायका त्या हातानं थापून भिंतीवर थापत. मग त्या उन्हानं वाळल्या की त्याच्या गोवऱ्या होत. त्या जाळण्यासाठी वापरत असू. तर आम्ही घरोघरी जाऊन म्हणत असू, 'होळीच्या गोवऱ्या पाच पाच, चल गं बेबी नाच नाच!' ही बेबी कोण, तर एखादं पोरगंच पोरीचा ड्रेस घालून, गाल रंगवून पायात पैंजण घालत असे. आमच्या गल्लीत त्यातला गोरा मीच! (म्हणजे बाकीचे किती काळे असतील, विचार करा!) त्यामुळे मलाच बेबी केलं जाई. छातीवर अर्धे-अर्धे दोन रबरी चेंडू बांधले जात. पुन्हा असो! तर अशा गोवऱ्या गोळा करून आम्ही होळी रचत असू व ती पेटवून बोंब मारत असू. त्या बोंब मारण्यासाठीसुद्धा खास होळी स्पेशल गाणं असे. ते इथं दिलं, तर हा 'पहिला चहा' हाच माझा शेवटचा चहा ठरेल. पण ते गाणं म्हणजे बोंब न मारणाऱ्याला दिलेले शिवी असे. ती शिवी आपल्याला लागू नये, म्हणून लाजत का होईना, सगळे बोंब मारीत.

पण सध्या झालंय काय... आज पेट्रोलची बोंब, उद्या गॅसची बोंब, परवा साखरेची बोंब, तेरवा गव्हाची बोंब! मग पेपरची बोंब, लाईटची बोंब, ट्रॅफिकची बोंब, धरणाची बोंब, धोरणाची बोंब, नियोजनाची बोंब, विकासाची तर बोंबाबोंब. अशी रोजच बोंबाबोंब असताना होळीसारख्या वेगळ्या दिवसाची गरजच काय?

o - o - o

शिवराज गोर्ले यांचं
अन्य प्रकाशित साहित्य

नाटके : ◆ कुर्यात सदा टिंगलम्   ◆ कुर्यात पुन्हा टिंगलम्
◆ गोलमाल   ◆ बुलंद

कथासंग्रह : ◆ मेख   ◆ फिट्टम्फाट

व्यक्तिचित्रण ◆ नग आणि नमुने

कादंबरी : ◆ दुरंगी

ललित लेख : ◆ पहिला चहा   ◆ हलकंफुलकं

शब्दांकन : ◆ कॅमरा बोलतोय्

प्रेरक साहित्य ◆ मजेत जगावं कसं?   ◆ माणसं जोडावी कशी?
◆ स्त्री विरुद्ध पुरुष   ◆ सुजाण पालक व्हावं कसं?
◆ मस्त राहावं कस   ◆ यशस्वी व्हावं कसं?
◆ सांगा कसं जगायचं?

कुमार साहित्य : ◆ कशासाठी, यशासाठी   ◆ मोठं व्हायचंय मला